GIÁO DỤC VÌ MỘT THẾ GIỚI MỚI

MARIA MONTESSORI

GIÁO DỤC
VÌ MỘT THẾ GIỚI MỚI

Nghiêm Phương Mai *dịch*

Vietnam Montessori Education Foundation
xuất bản 2023
Nhân dịp 29th International Montessori Congress

GIÁO DỤC VÌ MỘT THẾ GIỚI MỚI

Tác giả: Maria Montessori, M.D. (Roma), D. Litt. (Durham),
Ph.D. (Amsterdam) (1870 – 1952).
Dịch theo bản Anh ngữ: Education for a New World
© Montessori-Pierson Publishing Company, 2007.
Bản quyền Việt Ngữ © 2015, 2016, 2023 Nghiêm Phương Mai
Bìa © 2023, VMEF
Lời giới thiệu của P. O'Brien, Chủ tịch AMI,
bản Việt ngữ © Nghiêm Phương Mai, 2016, 2023
Bản quyền logo của
VMEF © Vietnam Montessori Education Foundation.
Nội Dung: Giáo dục, Montessori
ISBN: 978-1-0881-9360-0

Xuất bản lần đầu tiên năm 2016 (NXB Tri Thức &VMEF), xuất bản năm 2023 bởi VMEF (Vietnam Montessori Education Foundation). Bản quyền tác phẩm và bản dịch đã được bảo hộ. Mọi hình thức xuất bản, sao chụp, dưới dạng in ấn hay văn bản điện tử, không có sự đồng ý hay cho phép bằng văn bản của Vietnam Montessori Education Foundation là vi phạm luật.

Copyright Vietnamese Translation © 2015, 2016, 2023 Nghiêm Phương Mai
Copyright @ The VMEF logo is the copyrighted graphic mark of the Vietnam Montessori Education Foundation.

Education for a New World © Montessori-Pierson Publishing Company, 2007.
The AMI logo is the copyrighted graphic mark ® of the Association Montessori Internationale.
The Montessori-Pierson Publishing Company is the guardian of the heritage of the works of Maria Montessori.

All rights reserved. No part of this publication may be reproduced, stored in any retrieval system, or transmitted in any form or by any means, electronic, mechanical, photocopying or otherwise, without the prior permission in writing of VMEF (Vietnam Montessori Education foundation), the publisher.

Tặng tất cả trẻ em của Việt Nam và toàn thế giới

MỤC LỤC

Lời giới thiệu	9
Lời nói đầu	13

Chương 1:
Lời mở đầu — 17

Chương 2:
Khám phá và phát triển hệ thống Montessori — 20

Chương 3:
Các thời kỳ và bản chất của tâm trí thấm hút — 30

Chương 4:
Phôi học — 35

Chương 5:
Thuyết hành vi — 41

Chương 6:
Giáo dục từ khi sinh ra — 48

Chương 7:
Bí ẩn của ngôn ngữ — 58

Chương 8:
Vận động và vai trò của nó trong giáo dục   67

Chương 9:
Hành động bắt chước và các chu kỳ hoạt động   75

Chương 10:
Trẻ ba tuổi   81

Chương 11:
Phương pháp chuyển biến do quan sát   90

Chương 12:
Lo ngại về kỷ luật   99

Chương 13:
Phẩm chất thiết yếu ở người thầy Montessori   107

LỜI BẠT   111

LỜI GIỚI THIỆU

Trong những thập kỷ vừa qua, chúng ta đã chứng kiến một sự đồng thuận ngày càng gia tăng rằng nhân loại thật sự cần phải nỗ lực nhằm tiến đến một thế giới mới, đó là nơi mà chúng ta sống một cuộc sống bền vững, nơi mà chúng ta bảo vệ và nuôi dưỡng môi trường tự nhiên, nơi mà chiến tranh và xung đột nhường chỗ cho hoà bình, và là nơi mà sự mất cân bằng do bất công giữa các quốc gia và giữa các dân tộc đã được tu chỉnh. Dẫu rằng một ý tưởng như vậy hẳn có lẽ đã được thúc đẩy một phần bởi nỗi lo sợ và lo ngại cho tương lai của nhân loại, nó cũng được nhiệt tình cổ vũ bởi nhiều người vốn tin rằng một thế giới như thế mới thực sự là môi trường tối ưu cho sự phát triển thịnh vượng của nhân loại.

Và ý tưởng này, sự đồng thuận này đã tìm được cách biểu đạt và lời cam kết mới trong năm 2015.

Bằng cách thông qua một loạt các mục tiêu cho sự Phát triển Bền Vững, thực vậy khi thoạt tiên gọi các mục tiêu này là bền vững, các đại diện của các quốc gia tề tựu tại Liên Hiệp Quốc vào tháng 9 năm 2015 đã đề xuất một quy trình hành động nhằm "biến đổi thế giới của chúng ta" trong lời phát biểu rõ ràng của họ.

Trong quá trình thảo luận nhằm đi đến sự chấp nhận các mục tiêu này, vài cuộc tranh luận đã liên tiếp diễn ra để xác định mục tiêu nào là quan trọng nhất và người ta đã đồng thuận đến một mức nào đó rằng *"Đạt được một nền giáo dục có chất lượng là nền tảng cho sự cải thiện đời sống của người dân và cho sự phát triển bền vững."*

Nói theo cách khác, nhưng với cảm nghĩ tương đồng, trong phần dẫn nhập cho cuốn *Giáo dục vì một thế giới mới*, bà Maria Montessori đã đưa ra cùng một quan điểm.

"Thế giới của chúng ta đã bị xé tan ra từng mảnh và đang cần được tái kiến tạo. Trong việc này, nhân tố chính yếu là giáo dục mà sự tăng cường cho nó, không kém gì hơn là sự quay về với tôn giáo, thường được người quan tâm đề nghị".

Một tư tưởng chưa được hoàn toàn chấp nhận trong lĩnh vực giáo dục, hay chưa được diễn đạt cụ thể trong mục tiêu Phát triển Bền vững về mặt giáo dục, nhưng đã được trình bày rõ ràng trong cuốn *Giáo dục vì một thế giới mới*, đó là quan điểm của Maria Montessori về tính trung tâm của đứa trẻ trong quy trình này, khi diễn đạt một cách rõ ràng và thuyết phục rằng trẻ thơ phải là người thầy của chính nó. Niềm tin hiện nay rằng chúng ta sẽ đơn thuần xử lí các vấn đề về nghèo khổ và bất an trong thế giới ngày nay thông qua sự thay đổi từ thế hệ này sang thế hệ khác, đã phản ảnh quan điểm của Maria Montessori rằng trẻ thơ đích thực là "kẻ kiến tạo" nên xã hội.

Bà bổ túc các ý tưởng của mình về sự tự học với mối suy tư về phẩm cách cần thiết của người Thầy Montessori, và với việc lột trần cái huyền thoại về sự thiếu kỷ luật trong các trường Montessori.

Tầm quan trọng của giáo dục từ khi sinh ra, một đề tài chính của *Giáo dục vì một thế giới mới*, được hỗ trợ bởi sự phát triển của khoa học và sự gia tăng hiểu biết về quá trình phát triển của con người, từ thời của bà, một nhận thức được thể hiện trong các mục tiêu Bền Vững được ủy thác cho các quốc gia hầu để đảm bảo: *"rằng mọi bé trai và bé gái phải có được cơ hội phát triển tất ngay từ lúc đầu đời, phải có được sự chăm sóc và sự giáo dục tiền sơ cấp có chất lượng".*

Cho nên, 70 năm sau khi tác phẩm *Giáo dục vì một thế giới mới* được xuất bản lần đầu tiên ở Ấn Độ, bản Việt ngữ này được trao đến tay hàng ngàn độc giả là giáo viên, phụ huynh và mọi người quan tâm, thật đúng lúc và được thực sự trân trọng. Điều này chắc chắn sẽ đóng góp vào cuộc hội luận về phương hướng tương lai của giáo dục, cũng như sẽ góp phần vào việc vạch ra cái phương thức mà theo đó chúng ta có thể tiến đến một thế giới mới, một thế giới được "tái kiến tạo" và bền vững.

Philip D. O'Brien
Chủ tịch
Association Montessori Internationale (AMI) Amsterdam,
tháng Giêng năm 2016.

LỜI NÓI ĐẦU

Thế giới thay đổi và chúng ta phải thay đổi.

Hằng ngày, chúng ta nghe về những đột phá khó tin - những bước tiến đưa hiểu biết của con người ngày càng sâu hơn vào cái vương quốc mà ngày trước chỉ tồn tại trong truyện khoa học viễn tưởng! Nhưng cái thế giới nhiều điều mới lạ này cũng sẽ tạo ra những thử thách mới, những con người mới - những "chất" mới! Chúng ta là những người xây dựng thế giới này, nhưng chính những con người của tương lai - con chúng ta, cháu chúng ta - sẽ là thế hệ tiếp tục sáng tạo ra nó!

Thật vậy, cái "chất" cần có cho cuộc sống ngày mai sẽ là kết quả của quá trình đào tạo và giáo dục trẻ em của ngày hôm nay. Giáo dục vừa là động lực, vừa là nhân tố quyết định nhất đối với sự phát triển toàn xã hội bởi vì giáo dục chuẩn bị con người cho một sự phát triển bền vững trên tất cả các lĩnh vực, cho lợi ích hiện tại và tương lai của đất nước. Một khi con người được coi là yếu tố quyết định sự phát triển của mỗi quốc gia thì phát triển giáo dục là phương tiện chủ yếu để quyết định "chất" con người.

Cái được gọi là "chất" đó chủ yếu là gì?

1) Kỹ năng sống, kỹ năng xã hội, tính cộng đồng: sự giúp đỡ lẫn nhau, biết chia sẻ và có tinh thần trách nhiệm trong công việc.

NGHIÊM PHƯƠNG MAI dịch • 13

2) Tính nhân văn: rèn luyện khả năng kiểm soát cảm xúc tiêu cực, phát triển tinh thần đoàn kết xây dựng môi trường hòa bình.

3) Tính tự lập, tự do: trong các kỹ năng của đời sống.

4) Tính chủ động và tự sửa sai: tự do trong cách tiếp cận kiến thức nhằm phát huy khả năng tự học và giải quyết vấn đề; phát triển tính độc lập trong nhận thức và logic trong tư duy.

Ngoài ra, nền giáo dục trẻ còn phải chú trọng việc phát huy tính tích cực và tối thiểu hoá tính tiêu cực của môi trường sống - nơi ươm mầm nuôi dưỡng những yếu tố "chất" nêu trên (kể cả yếu tố thầy cô).

Phải có một môi trường và đường lối giáo dục đúng đắn để giúp trẻ em khai phá hết những tiềm năng của mình. Giáo dục đào tạo người làm công tác giáo dục có kỹ năng cũng như hiểu được vai trò hướng dẫn và hỗ trợ cho thế hệ tương lai cũng trở thành cấp thiết hơn bao giờ hết.

Làm sao giáo dục cho trẻ hình thành trong chính bản thân mình những "chất" nêu trên? Làm sao tạo ra một môi trường sống phù hợp, giúp cho những "chất" này nảy mầm và được nuôi dưỡng đúng đắn?

Với phương châm "Học trẻ để dạy trẻ tốt hơn", hơn 100 năm qua, đường lối giáo dục Montessori đã gặt hái nhiều thành công, phát huy hiệu quả bền vững không chỉ ở trẻ bình thường, trẻ có khả năng đặc biệt mà còn ứng dụng cho các trường hợp thiểu năng về tâm lý, trí lực hay thể chất trên khắp thế giới.

Thành công này là do giáo dục theo Montessori coi trọng sự phát triển tự nhiên của trẻ, hướng tới phát triển toàn diện nhân cách của trẻ thông qua các hoạt động trí tuệ, vận động cơ thể và đánh thức tất cả các giác quan. Giáo dục Montessori đặc biệt giúp trẻ phát huy được "sức sống nội tại bẩm sinh" để sức sống ấy phát triển một cách tự nhiên, trong một môi trường thuận lợi tối ưu với những giáo viên có đủ hiểu biết về quá trình hình thành con người và ý thức được vai trò đặc biệt của mình.

Thật vậy, giáo dục Montessori đã hình thành "chất" và "môi trường nuôi dưỡng chất" đáp ứng đúng sự đòi hỏi của xã hội đầy cạnh tranh, luôn thay đổi và là thành quả quan trọng trong lĩnh vực đào tạo nguồn nhân lực *phát triển toàn diện* đáp ứng xu hướng phát triển toàn cầu. Vì tính ưu việt của nó, phương pháp này hiện đang được áp dụng tại đại đa số các quốc gia trên thế giới.

Hiện nay, đường lối giáo dục Montessori còn khá mới mẻ ở Việt Nam. Tuy nhiên, với những ưu điểm không thể phủ nhận, với phương pháp giáo dục đầy tính khoa học, giáo dục Montessori đã vượt qua sự khác biệt về lãnh thổ, thế giới quan, tôn giáo để nhanh chóng được phổ biến trên thế giới và ngày càng được nhân rộng toàn cầu.

Chúng tôi tin chắc rằng cuốn sách này, khi giúp chúng ta nhận thức được các năng lực nội tại lớn lao của trẻ thơ, nhất là trong những năm đầu tiên rất quan trọng của cuộc đời người, sẽ tạo dựng được cầu nối hữu hiệu giữa trẻ thơ và các nhà giáo dục. Mong rằng điều này sẽ khiến giáo dục trở thành một cuộc đối thoại và tương tác đầy niềm vui và sự thấu hiểu trân trọng giữa người lớn và và trẻ thơ, kẻ sáng tạo ra con người của tương lai.

PGS.TS. Võ Văn Sen và cộng sự
Đại học Khoa học Xã hội và Nhân văn,
Đại học Quốc gia Tp. HCM
2016

Chương 1

LỜI MỞ ĐẦU

Mục đích của quyển sách này là giải thích và bảo vệ các năng lực lớn lao của trẻ thơ và giúp các giáo viên có một cái nhìn mới mẻ khiến nhiệm vụ của họ sẽ thay đổi từ sự nhọc nhằn thành niềm vui, từ sự đàn áp thành sự cộng tác với thiên nhiên. Thế giới của chúng ta đã bị xé nát ra từng mảnh và đang cần được tái kiến tạo. Trong việc này, nhân tố tiên khởi là giáo dục, mà sự tăng cường của nó, không kém gì hơn một sự quay về với tôn giáo, thường được người có suy tư khuyến cáo. Nhưng nhân loại chưa sẵn sàng cho cuộc tiến hóa mà họ vốn khao khát mãnh liệt, cho sự kiến tạo về một xã hội hòa bình và hài hòa sẽ loại trừ được chiến tranh. Con người chưa được giáo dục đầy đủ để kiểm soát được các biến cố, nên họ trở thành nạn nhân của chúng. Các tư tưởng cao đẹp, các tâm tình vĩ đại đã luôn luôn tìm ra được ngôn từ để biểu đạt, nhưng chiến tranh thì không chấm dứt! Nếu giáo dục phải tiếp tục đi theo những đường lối cũ, nghĩa là chỉ để trao truyền tri thức, vấn đề hẳn sẽ không thể được hóa giải và ta sẽ không có hy vọng gì cho thế giới. Chỉ có sự thăm dò khoa học về nhân cách của con người mới có thể dẫn đưa chúng ta đến sự cứu rỗi, và chúng ta sẽ có trước mặt một thực thể tinh thần, trong trẻ thơ, một tập thể xã hội có tầm mức to lớn, một quyền năng thế giới đích thực nếu được sử dụng đúng đắn. Nếu sự cứu rỗi và hỗ trợ sẽ phải đến thì đó chính là từ đứa trẻ, bởi trẻ thơ là tác nhân kiến tạo nên con người, và do đó nó kiến tạo nên xã hội.

Trẻ thơ được phú cho một quyền năng nội tại có thể dẫn dắt chúng ta đến một tương lai tươi sáng hơn. Giáo dục sẽ không còn đơn thuần là sự trao truyền tri thức, mà nó phải đi theo một phương hướng mới để tìm cách khai phóng các tiềm năng của con người. Khi nào một nền giáo dục như thế sẽ bắt đầu? Câu trả lời cho chúng ta là sự vĩ đại của nhân cách con người bắt đầu từ khi sinh ra, một lời xác định tràn đầy thực tại mang tính thực tiễn, dẫu rằng rõ ràng nó vô cùng huyền nhiệm.

Đời sống tâm thần trong trẻ sơ sinh đã làm dấy lên mối quan tâm lớn, các nhà khoa học và nhà tâm lý đã quan sát các em bé từ ba tiếng đến năm ngày sau khi sinh. Kết luận về các em bé là hai năm đầu tiên trong đời là thời gian quan trọng nhất. Sự quan sát chứng minh rằng trẻ nhỏ được thiên phú những năng lực tâm thần đặc biệt, và chỉ ra những phương cách để phác họa ra chúng, nói theo nghĩa đen là giáo dục bằng cách hợp tác với tự nhiên. Năng lượng kiến tạo của đứa trẻ, sống động và năng động, một cái mỏ của kho tàng trí lực, đã không được biết đến qua hàng ngàn năm, cũng như những con người đầu tiên bước chân trên mặt đất mà không biết gì về những kho báu đang ẩn sâu trong lòng nó. Con người không hề nhận ra những của cải nằm chôn vùi trong thế giới tâm thức của đứa trẻ đến nỗi ngay từ đầu, họ đã tiếp tục áp chế những năng lượng này và nghiền nát chúng ra thành cát bụi. Nay thì một ít người, lần đầu tiên đã đặt nghi vấn về sự hiện hữu của chúng, một kho tàng chưa từng được khai thác, quý hơn vàng, đó chính là tâm hồn con người.

Quan sát hai năm đầu đời của trẻ đã chiếu rọi ánh sáng lên các định luật về sự kiến tạo tâm thức vào lúc tuổi thơ hoàn toàn khác biệt với tâm lý của người lớn. Và nay một đường hướng mới đã mở ra, nơi không phải giáo sư dạy đứa trẻ, mà là đứa trẻ dạy giáo sư.

Điều này chắc hẳn có vẻ vô lí, nhưng nó đã thành rõ ràng khi chân lí hiển lộ rằng trẻ thơ có một loại tâm trí thấm hút tri thức, và như thế nó tự dạy cho nó. Điều này dễ dàng được chứng minh bằng sự thụ đắc ngôn ngữ của đứa trẻ - một kỳ công trí tuệ vĩ đại. Đứa trẻ hai tuổi nói thứ tiếng của cha mẹ nó, dù không ai dạy cho nó. Tất cả những người nghiên cứu hiện tượng này đều đồng ý rằng ở một thời kỳ nào đó của cuộc đời, đứa trẻ bắt đầu sử dụng các tên gọi và từ ngữ để liên kết với môi trường của nó, và nó sớm nắm vững được cách sử dụng tất cả các sự bất thường và cấu trúc ngữ pháp mà về sau cho thấy đó là những trở ngại đối với người lớn khi họ học một ngôn ngữ xa lạ. Thế nên bên trong đứa trẻ có một người thầy chu đáo và chính xác, theo sát một thời biểu, và vào năm trẻ ba tuổi, tạo nên một con người có những sự thụ đắc đã đạt đến mức mà một người lớn phải cần đến sáu mươi năm gắng sức để đạt được như lời các nhà tâm lý đã đoan chắc với chúng ta.

Thế nên sự quan sát khoa học đã ấn định rằng giáo dục không phải là cái gì mà người thầy đã trao truyền cho; giáo dục là một quá trình tự nhiên tiến hành tự phát bởi cá thể con người, và được tiếp thu không phải bằng cách nghe lời giảng dạy mà bằng sự thực nghiệm trên môi trường. Nhiệm vụ của người thầy là để chuẩn bị một loạt những tiêu đề sinh hoạt văn hóa, trải rộng trên một môi trường đã được đặc biệt chuẩn bị, và rồi, tự hãm mình không can thiệp vào. Người thầy chỉ có thể hỗ trợ công trình vĩ đại đang được thực hiện, như những người đầy tớ trợ giúp chủ nhân. Khi làm như thế, họ sẽ là những chứng nhân cho sự triển nở của tâm hồn con người và sự xuất hiện của một Con Người Mới, kẻ sẽ không là nạn nhân của các biến cố, nhưng là kẻ sẽ có tầm nhìn sáng suốt để hướng dẫn và lèo lái tương lai của xã hội con người.

Chương 2

Khám phá và phát triển hệ thống Montessori

Nếu phải cải cách giáo dục, ta phải lấy trẻ em làm nền tảng. Bây giờ, việc nghiên cứu các nhà giáo dục lớn của quá khứ, như Rousseau, Pestolazzi và Froebel không còn là đủ; cái thời dành cho chuyện ấy đã qua. Hơn nữa, tôi phản đối chính việc tôi được ca ngợi là nhà giáo dục vĩ đại của thế kỷ này, bởi vì việc tôi đã làm chỉ là quan sát và tìm hiểu trẻ thơ, để tiếp thu và diễn đạt cái mà đứa trẻ đã trao cho tôi, và đấy là cái được gọi là Phương pháp Montessori. Bất quá, tôi đã là người phiên dịch cho trẻ thơ. Kinh nghiệm của tôi được căn cứ trên bốn mươi năm, bắt đầu với sự nghiên cứu y khoa và tâm lý của các trẻ em bị khuyết tật mà tôi đã cố gắng giúp đỡ. Những đứa trẻ này hóa ra lại có rất nhiều khả năng, khi được tiếp cận từ một quan điểm mới trong sự cộng tác với chính cái tâm trí ở mức tiềm thức của các em, đến nỗi chúng tôi quyết định mở rộng thí nghiệm đến cái bình thường, và các Ngôi Nhà của Trẻ Thơ được bắt đầu ở vài khu vực nghèo nàn nhất của Roma cho trẻ em từ 3 tuổi trở lên. Khách viếng thăm các ngôi nhà này đều ngạc nhiên khi thấy những đứa trẻ 4 tuổi đang viết và đọc, và họ sẽ hỏi đứa trẻ: "Ai dạy con viết?" Và hẳn đứa trẻ sẽ trả lời, khi nhìn lên với sự ngạc nhiên vì câu hỏi "Dạy? Không ai dạy con hết; con tự làm một mình con!". Báo chí bắt đầu nói mãi về "sự thụ đắc văn hóa tự phát", và các nhà tâm lý chắc chắn rằng đây là những đứa trẻ đặc biệt có năng khiếu. Tôi đã chia sẻ quan điểm này trong một thời gian, nhưng kinh nghiệm lâu dài sẽ sớm chứng tỏ rằng tất cả trẻ em đều sở hữu các năng lực này, và rằng những năm quý giá nhất đang bị lãng phí và sự phát triển phần lớn đã bị cản trở bởi ý tưởng sai lầm rằng giáo dục chỉ có thể bắt đầu sau năm trẻ lên 6 tuổi. Đọc và viết là những yếu tố căn bản của văn hóa, bởi ta không thể tiếp thu các mặt khác mà không cần đến chúng, và cả hai, không có cái nào là tự nhiên đối với con người giống như tiếng nói. Nhất là viết chữ được nhìn chung là một công việc nhàm chán chỉ để dành cho những trẻ em lớn hơn. Nhưng tôi đã trao các mẫu tự của bộ chữ cái cho các em 4 tuổi, khi lặp lại các thí nghiệm ban đầu đã thử ở trẻ bị khiếm khuyết với các đứa trẻ bình thường. Tôi đã thấy rằng, chỉ trình bày các mẫu tự đơn lẻ có tính tương phản, ngày qua ngày, đã không gây ra ấn tượng gì. Nhưng khi tôi cho cắt các dạng của mẫu tự thành đường rãnh trên gỗ và cho chúng quẹt ngón tay quanh các đường rãnh, trẻ lập tức nhận ra các mặt chữ. Ngay những em có khuyết tật, nhờ bộ học cụ này, sau một thời gian đã có khả năng viết một ít. Thế là tôi bỗng nghiệm ra rằng xúc giác phải là một sự trợ giúp lớn cho những đứa trẻ chưa hoàn toàn phát triển, và tôi đã tạo ra những chữ đơn giản để chúng dò theo bằng đầu ngón tay. Những hiện tượng khá bất ngờ tự bộc lộ khi các trẻ em bình thường được trao cho những dụng cụ hỗ trợ này; chữ được trình bày cho các em vào hai tuần cuối của tháng Chín, và tụi trẻ đã viết được thư vào dịp lễ Giáng Sinh năm ấy! Sự việc nhanh chóng như vậy chưa hề được mơ tưởng đến. Rồi các em bắt đầu đặt câu hỏi về chữ, liên kết mỗi chữ với một âm; chúng giống như những cái máy hút nhỏ bé hút hết cả bộ chữ cái, như thể có cái máy hút trong đầu chúng đang thu hút nó vậy.

NGHIÊM PHƯƠNG MAI dịch

Điều này thật đáng ngạc nhiên, nhưng cũng dễ giải thích thôi. Các con chữ là một mối kích thích minh họa rằng ngôn ngữ đã có sẵn trong đầu của trẻ, và giúp nó phân tích lời của chính nó. Khi đứa trẻ chỉ có được vài từ, nó nghĩ đến một cái tên gọi bao gồm những âm thanh khác hơn là những cái nó có thể thực hiện, xin có thêm chữ là điều tự nhiên đối với trẻ. Có một sự thôi thúc nội tại khiến trẻ cần có được nhiều kiến thức hơn, và nó hăm hở đánh vần cho chính nó những từ mà nó đã biết cách dùng trong lời nói. Dù từ có dài hay khó đến đâu, đứa trẻ cũng có thể diễn lại được nó sau khi giáo viên đọc chính tả một lần, bằng cách lấy ra những chữ cần thiết từ các ngăn đã được sắp sẵn. Giáo viên đọc một từ thật nhanh khi đi ngang qua trẻ, và khi quay lại thấy nó đã được viết ra bằng các chữ rời. Đối với những đứa trẻ 4 tuổi này thì chỉ một lần là đủ rồi, đứa trẻ 7 tuổi hay lớn hơn thì cần được lặp lại nhiều lần trước khi nó có thể nắm vững đúng từ ngữ. Tất cả những điều này rõ ràng là do cái thời kỳ nhạy cảm đặc biệt này, tâm trí như sáp mềm, ở tuổi này, bén nhạy đối với các ấn tượng mà về sau sẽ không còn có thể tiếp thu, khi tính dễ uốn nắn đặc biệt này hẳn đã biến mất.

Hiện tượng viết xảy đến như là một hệ quả khác của tác động nội tại đang tiếp diễn bên trong đứa trẻ. Khi nhận ra sự hình thành của các từ ngữ từ các âm thanh, đứa trẻ đã phân tích và tái thể hiện ra bên ngoài bằng bộ chữ rời có thể di động. Trẻ biết hình dạng của chữ vì nó đã sờ đi sờ lại chữ đó. Nên việc viết chữ đột ngột xảy ra, một sự bùng nổ giống như hiện tượng của lời nói. Khi cơ chế đã hình thành, khi nó đã chín muồi, toàn bộ ngôn ngữ xuất hiện, không như điều thường xảy ra ở các trường thông thường, bắt đầu với một chữ, rồi kế đó là phối hợp hai chữ. Nếu lúc đầu có một hay hai chữ, thì phần còn lại sẽ xảy ra, đứa bé biết cách viết, và do đó có thể viết toàn bộ ngôn ngữ. Bấy giờ, nó viết liên tục, không phải vì lạnh lùng tuân theo nhiệm vụ, mà do phấn khởi tuân theo động lực. Các đứa trẻ đó sử dụng tất cả thứ gì chúng có trong tay để viết như phấn để viết trên đường hay trên tường; viết ở đâu có chỗ trống, dù thích hợp hay không, và có lần ngay cả trên một ổ bánh mì! Tội nghiệp mấy bà mẹ thất học của chúng, vì không có giấy bút, họ đến xin giúp thỏa mãn các nhu cầu của con họ. Chúng tôi đã giúp, và các đứa trẻ rơi vào giấc ngủ mà tay còn cầm bút để viết.

Thoạt đầu chúng tôi nghĩ đến trợ giúp các em bằng cách cho chúng những tờ giấy đặc biệt có dòng kẻ, có khoảng cách giữa hai dòng giảm dần; nhưng chúng tôi sớm nhận ra rằng các em này có thể viết dễ dàng với bất cứ kiểu kẻ dòng nào, và có vài đứa thích viết chữ thật nhỏ mà vẫn đọc được. Điều lạ kì nhất là chúng viết chữ đẹp, tốt hơn các học sinh lớp ba ở những trường khác. Chữ viết tay đều giống nhau, bởi tất cả các em đã đều sờ vào cùng loại chữ, và vì thế hình thể đó đã được cố định vào trong các kí ức cơ bắp của chúng.

Bây giờ các đứa trẻ này đã biết viết, nhưng không biết đọc. Điều này thoạt tiên là lạ lùng và vô lý, nhưng ta suy nghĩ lại thì nó không vô lý. Thông thường thì trẻ em học đọc trước, rồi mới viết. Nhưng các đứa trẻ của chúng tôi thì phân tích các từ ngữ trước trong đầu rồi tái thể hiện chúng bằng các mẫu tự của bộ chữ cái được đặt cạnh bên nhau, mỗi chữ gắn liền với một âm thanh trong cái ngôn ngữ đã có sẵn trong tâm trí của đứa trẻ. Sự kết hợp giữa chữ và ngôn ngữ này đã xảy ra trong thời kỳ mẫn cảm của đứa trẻ, và ngôn ngữ tự nó phát triển, và bây giờ đã được diễn đạt bằng phương tiện của bàn tay qua chữ viết, thay vì chỉ bằng đôi môi qua tiếng nói. Nhưng trẻ chưa đọc được, và chúng tôi đã nghĩ rằng vẫn còn một trở ngại có lẽ do sự khác nhau giữa chữ in và chữ viết tay (chữ thảo/cursive).

Chúng tôi đã nghĩ đến việc đưa vào các dạng chữ khác nhau để vượt qua khó khăn này, nhưng bỗng nhiên các đứa trẻ bắt đầu tự đọc một mình, và đọc bất cứ sách in nào, ngay cả loại chữ Gô-tic, có thể tìm trong các tờ lịch. Đúng là 5 tháng sau, sau cố gắng đầu tiên để tạo chữ với các con chữ rời, nhưng rồi cũng một động lực nội tại đang vận hành trong đứa trẻ thôi thúc nó cố gắng hiểu được ý nghĩa của những chữ lạ mà nó chưa biết này. Trẻ đang làm một công việc tương tự công việc của các nhà khoa học nghiên cứu những chữ khắc thời tiền sử của các ngôn ngữ lạ lẫm, và qua sự so sánh và quan sát kỹ, rút tỉa ra các ý nghĩa từ các kí hiệu xa lạ. Một ngọn lửa mới đã nhóm lên trong tâm đứa trẻ. Phụ huynh than phiền rằng họ đã không thể đưa các em đi dạo mà không chịu phải cái cảnh chúng hay dừng lại trước từng cái quán nhỏ để đoán ra mấy tấm bảng hiệu. Vào cuối năm trẻ được năm tuổi, các đứa trẻ này đã có thể đọc được mọi cuốn sách.

Có một khía cạnh văn hóa khác không thể giải thích dễ dàng được như chuyện viết chữ; đó là lĩnh vực toán học. Chúng tôi xét đến toán học về ba phương diện:

1. Số học: khoa học về con số.

2. Đại số: cái trừu tượng của con số.

3. Hình học: cái trừu tượng của trừu tượng.

Bằng kinh nghiệm với trẻ em, chúng tôi đã trao cả ba phương diện cho trẻ, ở một độ tuổi hầu như hết sức là sớm. Kết hợp cả ba khía cạnh đó đã cho thấy làm như vậy rất hữu ích và hữu hiệu, như thể, thay vì cân bằng đề tài trên một cây sào bấp bênh, chúng tôi đã đặt nó trên ba chân vững chắc, được nối kết lại với nhau để tạo sự vững vàng. Ví dụ, khi trao các con số, chúng tôi tập hợp chúng thành những dạng hình học, và học cụ toán học đã được tạo ra để dạy cả ba đề tài hầu như cùng một lúc. Những đứa còn nhỏ cho thấy chúng đặc biệt thích thú, hầu như là đam mê, học hỏi các con số và các sắp xếp hình học của chúng. Ngay sau đó, cái trừu tượng của những số lượng và mối liên hệ của chúng có thể tạo ra bằng phương tiện của đại số. Việc này cũng là một chuyện gây kinh ngạc lớn, bởi thoạt tiên đứa trẻ không tỏ vẻ quan tâm như nó đã từng quan tâm đến chữ viết. Thật dễ mà nói rằng trẻ em thích ngôn ngữ nhưng không để ý đến toán học vì nó quá khô khan và quá trừu tượng đối với chúng. Thật ra, chúng ta cũng có thành kiến, và đã hạn chế toán học tới cấp độ của bốn định luật chính và trong phạm vi của mười con số đầu tiên mà thôi. Chính đứa trẻ đã phơi bày ra sự thật, bởi khi hệ thập phân được trình bày cho các em lớn hơn, chính đứa bé năm và sáu tuổi đã thấy thích nó và học với nhiều sự nhiệt tình mà chúng đã không tỏ ra đối với các con số chỉ đếm đến mười. Trước sự ngạc nhiên của chúng tôi, cả những đứa trẻ 4 tuổi cũng nhào đến, hào hứng tiếp thu, và bây giờ các em 3 tuổi cũng thực hiện các phép toán liên quan đến số hàng triệu, và chúng tôi đã phải đưa vào lớp cả toán đại số và hình học. Nếu những thứ này được đưa vào như là học cụ để cầm nắm, trẻ em sẽ thích thú tiếp thu; và điều mới nhất đã gây phấn khích là tìm thấy một đứa trẻ bận bịu tự mình giải quyết lũy thừa bậc ba của tam thức, $(a+b+c)^3$, nó tranh luận trong đầu là nếu a và b có thể được sử dụng thì tại sao những chữ khác trong bộ chữ cái lại không được dùng, bởi đứa trẻ không thích các giới hạn.

Sự phát triển sinh động và chớp nhoáng này không có tiền đề, như trong ngôn ngữ, chúng tôi không thể truy ra căn nguyên và sự phát triển của nó trước khi nó xuất hiện, nên chúng tôi chỉ có thể suy diễn rằng có một thiên hướng đặc biệt đối với toán học ở lứa tuổi nhỏ này. Chúng tôi quan sát thấy các thao tác, vốn khơi dậy ở đứa trẻ không những sự quan tâm mà cả sự hăng say, là những cái đòi hỏi tính chính xác lớn nhất ở trẻ, và động cơ càng phức tạp thì sự nhiệt tình của trẻ càng cao. Tính chính xác này được thấy không những chỉ trong sự vận động, trong sự cầm nắm vận dụng chính xác ở một số bài tập, mà còn được nhận thấy trong việc quan sát tìm hiểu một bông hoa hay con côn trùng. Có một xu hướng thiên về tính chính xác và chi tiết, và có lẽ, nó được hướng tới chi tiết về số lượng. Số học là một thứ trừu tượng, và do đó nó đưa tính chính xác này đến mức trừu tượng. Đứa trẻ, đi từ học cụ, bước sang con số trừu tượng, và sau đó đến một giai đoạn trừu tượng hơn của đại số, và nó làm việc với tính chính xác này ở cả ba lĩnh vực, học cụ vật chất, sự trừu tượng và toán đại số, nó bị thu hút vì có thể thực hiện trò chơi của các đơn vị. Chúng tôi có được sự tương trợ trong kết luận này bởi Pascal, nhà triết gia và vật lý học vĩ đại, người đã trầm mình trong con số và lượng, đã khẳng định rằng tâm trí của con người có đặc tính toán học, và hướng đi của tiến hóa là đi theo cái phẩm chất trí khôn này. Lời tuyên bố này thường khiến ta cười, bởi kinh nghiệm thực tiễn của các giáo viên bình thường dường như cho thấy rằng trong tất cả các môn học, toán học là môn đáng chán ghét nhất đối với trí óc con người.

Bây giờ đám trẻ chứng minh là Pascal nói đúng. Đi sâu hơn vào chính kết luận của ông, Pascal nói rằng toàn thể hành động của loại người đã được phát triển xung quanh môi trường, và hoạt động này đã luôn luôn nằm trong những giới hạn càng lúc càng chính xác. Tính chính xác này chỉ có thể đạt tới bởi trí khôn, và nó chứng minh rằng trí khôn đã có cái phẩm chất toán học này rồi. Trí khôn của con người như ta đã thấy trong lịch sử, được cống hiến cho sự biến đổi của môi trường của nó, và để diễn dịch những sự vật quanh nó và các hiện tượng phát sinh từ những sự vật đó. Để đạt được điều đó, cần phải ý thức chính xác về các việc này và phải xoáy vào tâm điểm của lĩnh vực của tính chính xác. 200 năm trước, cái phẩm chất của tính chính xác này đã được Pascal nhận ra là đặc tính cơ bản của trí khôn con người.

Khi nói đến vấn đề quan trọng về sự mệt mỏi, đứa trẻ dưới sáu tuổi đã biểu lộ những thực tế đáng kinh ngạc. Ở các trường thông thường, đứa trẻ mau trở thành mệt mỏi và khó dạy; do vậy đã có vẻ hơi độc ác khi ta dạy trẻ học sớm lúc còn nhỏ, và cha mẹ thì thương con, muốn để chúng chỉ chơi và ngủ mà thôi. Nhưng có những dấu hiệu rõ rệt là chính trẻ con trở nên quá nhàm chán với cái chương trình này, và quyết liệt phản ứng bằng đủ mọi cách ngỗ nghịch. Kinh nghiệm của chúng tôi với trẻ từ ba đến sáu tuổi hay nhỏ tuổi hơn nữa cho thấy rằng không những trẻ không mỏi mệt khi học tập ở tuổi ấy, mà thật ra chúng trở nên mạnh khỏe hơn. Không phải việc gì cũng làm cho mệt mỏi; ví dụ, chúng ta lao động nhiều, như với đôi hàm, răng và lưỡi khi ta ăn, và lao động này đem đến sự đổi mới năng lượng, tự nhiên ta cảm thấy có nhu cầu vận động bắp cơ của mình, để chúng trở nên mạnh mẽ hơn. Điều này cũng giống như ở trẻ em trong sự phát triển trí khôn của chúng. Không những chúng dường như không hề mệt mỏi, mà do năng động về mặt trí óc nên chúng đã đạt được sức mạnh và sức khỏe. Một thiên hướng tự nhiên khiến đứa trẻ thích ứng với sự tiếp thu văn hóa, nhưng xã hội bỏ rơi nó về mặt trí óc trong thời kỳ mẫn cảm của nó, bằng cái chế độ chơi và ngủ. Trẻ không thể ngừng hấp thu hay ngừng hoạt động, nhưng nếu không có gì để hấp thu, nó phải tự bằng lòng với đồ chơi. Các nhà tâm lý nói đứa trẻ phải chơi, vì thông qua trò chơi trẻ tự hoàn thiện bản thân. Họ cũng công nhận rằng đứa trẻ hấp thu một môi trường đặc biệt, và tạo ra mối liên kết lịch sử giữa quá khứ và tương lai. Họ kết luận rằng chúng ta phải quan sát, nhưng không quấy nhiễu, đứa trẻ đang hấp thu hiện tại bằng cách chơi và sống, và không giúp nó mà bỏ mặc nó tự mình muốn làm gì thì làm. Nhưng làm sao mà một đứa trẻ trong một thế giới phức tạp như thế có thể tiếp thu được văn hóa nếu người ta bỏ mặc nó chơi với đồ chơi và xây các lâu đài cát? Thế nên có một sự mâu thuẫn trong các ý kiến của những nhà tâm lý này, những kẻ vốn đã nói rằng giao tiếp với đứa trẻ là điều quan trọng trong giai đoạn thấm hút của nó, nhưng nó lại chỉ luôn phải được chơi, như thế nó mới xây dựng và phát triển được các năng lực của nó. Chơi đùa thành ra được ca ngợi như là một thứ huyền bí, và những con người nghiêm túc và đáng kính đứng trước một đứa bé đang xây các lâu đài cát một cách kính cẩn. Nhưng nếu trong giai đoạn từ ba đến sáu tuổi này, những khả năng tự nhiên để dễ dàng tiếp thu văn hóa đang tồn tại thì điều hợp lý là chúng ta phải lợi dụng chúng và đặt quanh đứa trẻ những vật để cầm nắm, tự chúng vốn truyền tải những bước tiến về mặt văn hóa. Khi chúng tôi đặt vào môi trường của trẻ vài đồ vật cho phép trẻ bắt chước những hành động của con người quanh nó, và các phương tiện để hoàn thiện những gì đã thụ đắc trong thời kỳ đầu, chúng ta giúp trẻ đạt được cái mức văn hóa phức tạp của ngày nay. Không có gì mà chúng tôi trao cho trẻ đơn thuần là đồ để chơi, để bán chung với búp bê và lính thiếc. Trẻ con thích cái nào? Khi học cụ Montessori được trao cho trẻ, chúng hăng hái tiếp nhận, và ở mức độ nào đó, cho đến nay, được xem là tuyệt vời. Những đầu óc đói khát này đã bị ném vào một môi trường mà tự chúng không thể hiểu hay làm chủ được, khi nhận được các phương tiện để có được sự nắm bắt một cách triệt để, chúng nhào vào như hổ đói, chúng chụp lấy ngấu nghiến bất cứ thứ gì giúp chúng sống còn, và tự thích nghi với nền văn minh đã tiến hóa đến ngày nay.

Đối diện với cái viễn kiến này về quyền năng vĩ đại ở đứa trẻ và tầm quan trọng của nó đối với nhân loại, chúng ta phải quan sát tỉ mỉ cái năng lực đó và tìm hiểu xem chúng ta có thể hỗ trợ nó bằng cách nào. Thay vì đặt niềm tin huyền bí vào sự chơi đùa của đứa trẻ, niềm tin phải được đặt vào chính đứa trẻ, và chúng ta phải làm cái gì để tạo ra một khoa học thực tiễn hầu sử dụng được các năng lực này mà gần đây, chúng tôi đã nhận ra qua trực giác.

Chương 3

Các thời kỳ và bản chất của tâm trí thấm hút

Quan niệm mới mẻ đã hình thành ngay ở trung tâm của chính chức năng của nó, và thay đổi tất cả các ý tưởng trước đó về giáo dục. Nhà trường không còn có thể giữ lại ở một thế giới riêng rẽ, hay đứa trẻ còn có thể được che chở kỹ lưỡng bằng sự cô lập khỏi các quan hệ xã hội. Để sự sống có thể nhận được sự che chở đúng đắn, các quy luật của nó phải được nghiên cứu với thiện cảm, và các nhà tâm lý từng quan sát các trẻ nhỏ ngay từ năm đầu đời của chúng đã loan báo cái khám phá rằng chính trong thời kỳ này mà sự kiến tạo, sự xây dựng nên con người đã diễn ra. Nói theo tâm lý, lúc sinh ra ta không có gì cả - một con số không! Thật vậy, không những về mặt tâm lý, lúc mới sinh, đứa bé hầu như bất toại, không có khả năng làm được điều gì; và hãy nhìn bé, sau đó một thời gian, nó nói, nó đi, nó trải qua từ chinh phục này đến chinh phục khác cho đến khi nó đã xây nên Con Người với tất cả sự vĩ đại của nó, với tất cả trí khôn của nó! Những năng lực vĩ đại này của đứa trẻ, cuối cùng đã thu hút sự chú ý của các khoa học gia khác hơn tôi, từ trước đến nay được giấu kín dưới lớp áo choàng của cái chức năng làm mẹ theo cái nghĩa mà thiên hạ đã nói rằng chính người mẹ là người dạy con mình ăn nói và đi đứng. Nhưng không phải là người mẹ, mà chính là đứa trẻ đã tự phát làm các việc này. Cái mà người mẹ tạo ra là đứa hài nhi mới sinh, nhưng chính đứa hài nhi này tạo nên con người, và nó làm như thế dù người mẹ có thể mất, hay đã không cho nó món sữa cần thiết cho sự tăng trưởng của nó. Ngay cả cái được gọi là tiếng mẹ đẻ của đứa trẻ cũng không thực sự là do từ bà mẹ, bởi một đứa trẻ ngẫu nhiên sinh ra ở một nơi xa lạ đối với cha mẹ nó, thông thường nó dễ dàng hiểu biết thông suốt cái tiếng nói của môi trường của nó, mặc dù cha mẹ nó có thể không bao giờ nắm được một cách thấu đáo. Nên khả năng không có di truyền; nó không tùy thuộc vào người cha hay người mẹ, nhưng tùy thuộc vào đứa trẻ, kẻ sử dụng tất cả những gì nó tìm ra được quanh mình để tự định hình chính bản thân cho tương lai.

Theo các nhà tâm lý thời đại mới đã theo dõi các trẻ em từ khi sinh ra đến lúc vào đại học, trong quá trình phát triển của trẻ, có những thời kỳ khác nhau rõ rệt, tương ứng kì lạ với những giai đoạn khác nhau trong sự phát triển về thể chất. Sự thay đổi quá lớn đến mức vài nhà tâm lý đã cường điệu hóa để cố làm cho chúng rõ ràng hơn, họ đã diễn tả như thế này: "Tăng trưởng là một loạt của sự liên tiếp sinh ra đời". Ở một thời kỳ nào đó của sự sống, dường như một cá thể về mặt tâm thần chấm dứt và một cái khác được sinh ra. Thời kỳ đầu là từ khi sinh ra cho đến lúc sáu tuổi, và mặc dù cho thấy có những khác biệt dễ nhận ra, trong suốt chiều dài của nó, nhưng dạng thức trí khôn thì vẫn như vậy. Trong thời kỳ này có hai giai đoạn phụ được nhận ra, từ khi sinh ra đến 3 tuổi và từ 3 cho đến 6 tuổi, thời kỳ phụ đầu cho thấy một tư duy khó hiểu được vì người lớn không có ảnh hưởng gì đến nó. Rồi giai đoạn từ 3 đến 6 tuổi, khi đó thực thể tâm lý bắt đầu có thể tiếp cận được, nhưng chỉ theo một cách đặc biệt nào thôi. Thời kỳ này được đánh dấu bởi một đặc tính là sự biến đổi lớn xảy ra ở cá thể, cho nên lúc sáu tuổi người ta thường nghĩ là đứa trẻ đã đủ thông minh để được nhận vào học đường. Đi theo đường lối đã được ủng hộ ở đây, trẻ đã có thể được nhận vào trường một cách hữu ích sớm hơn nhiều, nhưng vào lúc 6 tuổi, một thời kỳ đã điểm, tương ứng với các biến đổi về thể chất, như rụng cái răng đầu tiên. Thời kỳ từ 6 đến 12 tuổi là thời gian tăng trưởng, nhưng không có biến đổi. Nó thường được đánh dấu bởi sự bình lặng và ngoan ngoãn của trẻ. Thời kỳ thứ ba, từ 12 đến 18 tuổi lại là một thời kỳ biến đổi, về cả mặt tinh thần và thể chất. Một sự công nhận không ý thức đã được chỉ định cho cái thực tại của các thời kỳ này bởi nền giáo dục chính thức ở mọi quốc gia, trẻ em được nhận vào trường tiểu học lúc 6 tuổi, và chuyển qua trung học lúc 12 tuổi, khi một giai đoạn trí thức mới bắt đầu. Trong thời kỳ thứ ba này, tính khí các em không ổn định; thường mất kỷ luật và nổi loạn theo một cách nào đó, nhưng nhà trường thông thường cứ tiếp tục đi theo con đường của nó mà không mảy may chú ý đến các phản ứng này, nhà trường theo đuổi cái giáo trình của nó và trừng trị kẻ bướng bỉnh. Đến năm 18 tuổi, có lẽ là lúc vào đại học, với sự học hành mãnh liệt hơn, nhưng phương pháp chủ yếu không có gì thay đổi nhiều, bởi người sinh viên vẫn phải ngồi đó và nghe để có một cái bằng cấp mà sự hữu dụng nhiều khi cho họ thấy là đáng nghi ngờ. Sự trưởng thành về thể chất đã đạt đến, nhưng tất cả những năm học tập này, tất cả những năm lắng nghe, không tạo nên một con người có ý chí và óc phê phán. Lao động thực tiễn và kinh nghiệm phải làm việc này, nếu vẫn còn có thể làm được. Nên ngay cả ở New York, người ta đã thấy những người trí thức trẻ diễu hành, tay mang biểu ngữ: "Chúng tôi không có việc làm! Chúng tôi đang chết đói!". Một sự lên án đáng kể đối với cái xã hội đã chi tiêu quá nhiều cho nền giáo dục của họ!

Có nhiều nhà tư tưởng, suy tư về sự bất lực của hài nhi, tự hỏi vì sao con người, sinh linh được phú cho trí thông minh cao vời nhất, lại phải có một thời ấu nhi quá dai dẳng và khổ nhọc mà không động vật nào phải gánh chịu. Nhiều người đã hỏi cái gì đã xảy ra trong thời kỳ sơ sinh. Chắc chắn đây là một công trình sáng tạo, bởi cá thể dường như là bắt đầu từ con số không. Không phải như trong đứa bé có một giọng nói nho nhỏ sẽ phát triển về sau, như con mèo con phát triển tiếng kêu meo còn chưa hoàn hảo của nó, hay con nghé và chim non chỉ cần củng cố cách tự biểu đạt của nó. Chỉ trong trường hợp của con người thì đây không phải là một vấn đề về phát triển, mà là một sự sáng tạo từ hư không. Đây là bước tiến phi thường của đứa trẻ, một bước tiến mà người lớn không thể làm. Một thứ trí khôn khác với trí khôn của người lớn, được ban cho những năng lực khác nhau, cần thiết cho thành tựu này. Quả thật sự sáng tạo này của đứa trẻ không phải là một thành tựu nhỏ! Trẻ sáng tạo không chỉ có ngôn ngữ, mà cả các cơ quan để cho ngôn ngữ được phát ra. Nó sáng tạo ra mỗi động tác của thể chất, mọi phương tiện của sự biểu đạt thông minh.

Tất cả điều này được thực hiện không có ý thức bởi ý chí, nhưng với cái được gọi là cái tâm ở tiềm thức, đầy sự thông minh vốn thấy ở tất cả các sinh vật sống, ngay cả ở côn trùng, đôi khi cũng dường như được ban cho cái lý trí. Với cái tâm trí ở dạng tiềm thức này, đứa trẻ hoàn tất công việc sáng tạo tuyệt vời của nó, thông qua một năng lực có tính mẫn cảm kỳ diệu đến nỗi nó giống như một tấm kính ảnh[1], tự động thâu tóm lấy các ấn tượng có chi tiết nhỏ nhặt nhất. Các sự vật trong môi trường của trẻ dường như đánh thức một sự chú ý mãnh liệt, một sự nhiệt tình xuyên suốt qua chính sự sống của nó. Cái năng lực ở tiềm thức này có thể phân biệt. Cứ nhìn nhận

---

[1] Thuật ngữ chỉ ra kỹ thuật chụp ảnh lên một tấm kính mỏng có tráng nhũ tương muối bạc, trước khi có kỹ thuật chụp bằng phim vào đầu thế kỉ 20. (ND)

rằng đứa trẻ được sinh ra với thính giác, để nó có thể nghe được tiếng người, nhưng tại sao giữa hàng triệu âm thanh xung quanh, nó chỉ chọn lấy những cái nào đó để mà bắt chước? Chính bởi vì tiếng nói của con người đã tạo một ấn tượng trên cái trí khôn ở tiềm thức, gợi lên một sự mãnh liệt về cảm xúc, một sự nhiệt tình, có thể khiến các thớ sợi vô hình rung động để tạo ra các âm thanh này, trong khi những cái khác không hề gây nên niềm háo hức sống động như thế. Sự hấp thụ ngôn ngữ này của đứa trẻ thật chính xác đến nỗi nó là một phần trong cá tính tâm lý của trẻ và được gọi là tiếng mẹ đẻ của nó, để phân biệt rõ ràng với các ngôn ngữ mà nó sẽ thụ đắc sau này với sự cố gắng chăm chỉ. Đó là một phản ứng hóa học của tâm trí xảy ra trong đứa trẻ, tạo ra một biến đổi hóa học. Những ấn tượng này không những thấm sâu vào tâm trí của đứa trẻ, chúng còn tạo ra tâm trí của trẻ; chúng được hóa thân trong đứa trẻ, bởi đứa trẻ làm ra cái "thể xác cho tâm trí" của chính nó bằng cách sử dụng những sự vật ở trong môi trường của nó. Chúng tôi đã gọi dạng trí khôn này là *tâm trí thấm hút*, và chúng tôi thấy khó mà hình dung được hết tầm mức của các năng lực của nó. Ước gì dạng trí tuệ này có thể tiếp tục tồn tại! Mất nó đi là cái giá mà ta phải trả để có được cái ý thức hoàn chỉnh của con người, nhưng đó là một cái giá rất đắt, phải trả, từ Thượng Đế để trở thành con người.

Chương 4

Phôi học

Tìm cách để thâm nhập sâu hơn vào các bí ẩn của tâm trí thấm hút, chúng ta được dẫn đến việc điều tra sự sống trước khi sinh ra và các nguồn gốc, theo những cách mà ngày nay đã có định hướng mới trong mọi nghiên cứu sinh học. Trước đó, các mẫu sinh vật đã trưởng thành của đời sống động vật hay thực vật đã luôn luôn là đối tượng xem xét, cũng tương tự người đã trưởng thành là đối tượng trong nghiên cứu về xã hội học. Nhưng các nhà khoa học ngày nay hầu như đã đi theo hướng khác và, trong các nghiên cứu về con người và các dạng sống khác, họ xem xét sinh vật còn rất nhỏ cùng nguồn gốc của chúng. Do đó trọng tâm nghiên cứu sẽ là phôi sinh học, sự sống của tế bào mầm, kết quả của hai tế bào từ người lớn. Sự sống của đứa trẻ phát sinh từ đó, và từ đó mà bắt đầu, khởi sự từ người lớn và kết thúc ở người lớn; đó là hướng đi, con đường của sự sống.

Thiên nhiên cung cấp sự bảo vệ đặc biệt cho con non. Ví dụ, đứa trẻ được sinh ra giữa tình thương; nguồn gốc của chính nó là tình yêu, và một khi sinh ra nó được bao bọc bởi tình thương của cha mẹ, một tình thương không hề giả tạo hay ép buộc bởi lí trí như là tình cảm huynh đệ mà mọi con người suy tư đang tìm cách để khơi dậy. Chỉ trong lĩnh vực của sự sống của đứa trẻ mới có thể tìm thấy cái thứ tình yêu là lí tưởng của đạo đức con người, cái tình gợi hứng cho sự hi sinh bản thân, tự cống hiến chính mình để phục vụ tha nhân. Nay sự hi sinh này của cha mẹ là một cái gì tự nhiên, đem đến niềm vui, và do đó không được cảm nhận như là một sự hi sinh; nó chính là sự sống! Nhưng nó là một thứ sự sống cao đẹp hơn cái đã được thể hiện trong sự tranh đua xã hội và sự "sống còn của kẻ mạnh nhất". Khá ngạc nhiên là hai thứ đời sống này cũng có thể được quan sát ở các thú vật, trong số đó con vật hung dữ nhất dường như thay đổi các bản năng tự nhiên của chúng khi chúng có một gia đình. Nó là một kiểu áp đặt các bản năng đặc biệt lên trên các bản năng thông thường, biến các con vật rụt rè, có bản năng tự bảo tồn đến một mức độ lớn hơn chúng ta, hoàn toàn thay đổi bản năng này thành bản năng che chở cho con non của chúng, trong sự vô cảm không khoan nhượng đối với chính sự an toàn của chúng. Nên nhà sinh học lớn người Pháp là Fabre kết luận rằng chính do cái bản năng mẫu tử lớn lao này mà loài giống đã sinh tồn chứ không chỉ với các vũ khí mà thiên nhiên đã ban cho nó để tranh đấu mà tồn tại. Chẳng phải các con hổ con không có răng và chim non không lông cánh hay sao? Hơn nữa thật hấp dẫn khi thấy trí thông minh được tỏ lộ ra ngay ở những dạng thấp nhất của sự sống, bất kì nơi nào nó được cần đến để che chở cho con non, chứ không chỉ đơn thuần để tự vệ.

Các nhà khoa học của thế kỷ trước đã nghĩ rằng trong tế bào mầm phải có một con người nam hay nữ tí xíu, hoàn toàn đủ hình dạng, sau đó chỉ cần lớn lên, cũng như trong trường hợp các loài có vú khác, và họ tranh luận xem con người tí hon đã đến từ tế bào trứng của người nam hay người nữ. Sự phát minh ra kính hiển vi cho phép quan sát rõ hơn, và kết luận, không dễ được chấp nhận, là không có cái gì hiện hữu trước đó trong tế bào mầm. Tế bào này tự phân ra làm hai, cái tế bào phân cắt ra làm bốn, và do nhân lên số tế bào, sinh linh được hình thành. Phôi học đã tiến bộ đến mức người ta đã khám phá rằng chỉ có một kế hoạch kiến tạo đã được thiết lập ra trước, nó vốn mang tất cả dấu ấn của lý trí và sự thông minh. Như một người xây lên một căn nhà bằng cách chồng chất các viên gạch, tế bào này bằng cách phân bào, tích lũy một số tế bào và rồi từ đó xây lên ba vách tường, mà bên trong những vách đó, các cơ quan là những gì được xây lên tiếp theo đó. Cách kiến tạo này thật phi thường. Nó bắt đầu từ một tế bào, từ một điểm, quanh đó mức phân chia tế bào trở thành sôi động, trong khi ở đâu đó nó vẫn tiếp tục như trước. Khi hoạt động sôi nổi này đã kết thúc, ta nhận ra là một cơ quan đã được tạo thành. Sự khám phá này đã diễn dịch hiện tượng theo kiểu như sau: Có những điểm nhạy cảm quanh đó sự kiến tạo đã xảy ra. Các cơ quan này phát triển độc lập với nhau, như thể mục đích của mỗi cái là tạo dựng nên cho chính nó, và trong hoạt động mãnh liệt của chúng, các tế bào quanh mỗi trung tâm trở thành liên kết chặt chẽ với nhau, thật thấm nhuần với cái mà ta có thể gọi là lý tưởng của chúng, đến nỗi chúng tự chuyển đổi và trở thành khác biệt với các tế bào khác, chúng mang lấy một hình dạng đặc biệt tùy theo cơ quan đang thành hình. Khi các cơ quan khác nhau này được độc lập hoàn chỉnh, cái gì khác xảy đến để đưa chúng vào mối quan hệ với nhau, và khi chúng hợp nhất chặt chẽ đến nỗi một cái này không thể sống mà không có cái kia, thì đứa trẻ ra đời. Chính hệ tuần hoàn thoạt tiên nối kết chúng với nhau, và hệ thần kinh hoàn tất sự hợp nhất. Kế hoạch để kiến tạo cho thấy nó được căn cứ trên một điểm nóng, từ đó mà sự sáng tạo được hoàn thành, và một khi sự sáng tạo ra các cơ quan đã hoàn tất, chúng được dùng để nối kết, hợp nhất với nhau để biểu hiện một sinh vật sống có tính độc lập. Tất cả các sinh vật cao cấp đi theo kế hoạch này; chỉ có một kế hoạch kiến tạo duy nhất trong tự nhiên.

Dường như tâm thức của con người được kiến tạo theo một kiểu nào đó. Nó cũng bắt đầu từ cái có vẻ là con số 0, bởi cũng trong đứa trẻ sơ sinh, nói theo tâm lý, dường như không có gì dựng lên trước đó, và các cơ quan được dựng lên quanh một điểm mẫn cảm; ở đây cũng vậy, có sự tích lũy vật liệu và điều này được thực hiện bởi tâm trí thấm hút. Sau đó có những điểm mẫn cảm, thực sự mãnh liệt mà trí óc của người lớn khó có thể tượng tượng nổi, như đã thấy trong việc thụ đắc ngôn ngữ. Từ những điểm mẫn cảm này, không phải tinh thần được phát triển nhưng là các cơ quan mà tinh thần sẽ cần đến được phát triển. Ở đây cũng thế, mỗi cơ quan phát triển độc lập với những cái còn lại; ví dụ tiếng nói, khả năng suy đoán về khoảng cách hay để định hướng trong một môi trường, hoặc khả năng đứng trên đôi chân, và những sự phối hợp nhịp nhàng khác. Mỗi cái phát triển quanh một điểm quan tâm nhạy bén đến nỗi nó lôi cuốn đứa trẻ đến một loạt hành động. Trong mỗi trường hợp, sau khi cơ quan đã hình thành, sự mẫn cảm biến mất; khi tất cả các cơ quan đã sẵn sàng, chúng hợp nhất để tạo nên một thực thể tinh thần.

Rõ ràng là ta không thể hiểu được sự kiến tạo nên tinh thần của đứa trẻ mà không biết đến các thời kỳ mẫn cảm này và thứ tự mà chúng diễn ra. Đôi khi có phản biện rằng các thế hệ đi trước không có kiến thức đó, nhưng họ đã vẫn phát triển thành khỏe mạnh và mạnh mẽ; nhưng ta phải nhớ rằng chúng ta đang sống trong một nền văn minh vô cùng giả tạo, nơi đó các bản năng tự nhiên mà thiên nhiên đã ban cho người mẹ đa phần bị kiềm chế hoặc trở thành vô dụng. Một bà mẹ sống đơn giản vẫn trợ giúp cho đứa con theo bản năng trong giai đoạn mẫn cảm, cung cấp cho con một môi trường nó cần bằng cách đem con theo mọi nơi cùng với bà, che chở con với tình mẫu tử của bà. Nhưng các bà mẹ ngày nay hầu hết đã mất đi cái bản năng này, và nhân loại đang tiến đến sự thoái hóa của nó, cho nên nghiên cứu các thời kỳ của bản năng mẫu tử cũng quan trọng như nghiên cứu về các giai đoạn của sự phát triển tự nhiên của trẻ con, bởi chúng được làm ra để hỗ tương cho nhau. Các bà mẹ phải quay về hợp tác với thiên nhiên, hay khoa học phải tìm ra cách để trợ giúp và bảo vệ sự phát triển tinh thần của đứa trẻ, như nó đã tìm ra những cách để trợ giúp và bảo vệ sự phát triển về thể chất. Tình mẫu tử là một quyền năng, một trong các quyền năng của tự nhiên, và nó phải nhận được sự chú ý của các nhà khoa học, để các bà mẹ có thể hỗ trợ một cách có ý thức, khi họ không còn làm theo bản năng. Giáo dục phải trao cho các bà mẹ kiến thức này, rằng từ lúc sinh con ra, họ có thể cung cấp một sự bảo vệ có ý thức cho các nhu cầu tinh thần của trẻ con, thay vì đày ải chúng vào các nhà giữ trẻ sạch tinh về mặt vệ sinh, để được chăm nom bởi các bảo mẫu đã có huấn luyện đầy đủ, họ chỉ thỏa mãn các nhu cầu về thể chất của trẻ một cách chiếu lệ. Sự thật là những đứa trẻ như thế còn có thể chết với cái có thể gọi là chết đói về tinh thần, hay đơn thuần chết vì chán chường. Điều này đã được chứng minh một cách đáng kinh ngạc tại một thành phố ở Hà Lan nơi mà một cơ quan bắt đầu dạy các cha mẹ nhà nghèo cách giữ vệ sinh cho con cái. Ở đây những đứa trẻ đáng thương đã mất cha mẹ được giữ trong những điều kiện hoàn hảo về mặt khoa học, được nuôi ăn đầy đủ, và được chăm sóc bởi các bảo mẫu đã được huấn luyện về những tư tưởng mới nhất về vệ sinh. Bệnh tật bùng phát giữa đám trẻ này và nhiều đứa đã chết, trong khi những đứa trẻ con nhà nghèo được cha mẹ đưa đến bệnh viện lại không mắc bệnh này và rõ ràng là mạnh khỏe hơn những đứa đã được nuôi nấng kỹ lưỡng trong vệ sinh! Nên các y sĩ mới nghĩ ra là có cái gì đó thiết yếu cho sự sống đang bị thiếu thốn trong cơ quan của họ và đã thực hiện một số thay đổi. Các bảo mẫu bắt đầu bắt chước các bà mẹ với chính các đứa trẻ của họ, họ ẵm chúng lên và chơi với chúng, và làm những gì các bà mẹ đã làm mà không biết gì đến sự chăm sóc khoa học này, nhưng được dìu dắt bởi tình thương tự nhiên và không có khả năng trao cho chúng quá nhiều sự bảo vệ khỏi các quan hệ xã hội; và rồi các đứa trẻ bắt đầu phát triển về sức khỏe và bắt đầu mỉm cười.

Chương 5

Thuyết hành vi

Những khám phá mới nhất cũng như các lý thuyết phát sinh từ đó đều không thể giải thích hoàn toàn được sự bí ẩn của sự sống và sự phát triển của nó, nhưng chúng được dùng để chỉ cho thấy và minh họa các thực tế, đồng thời hé lộ cho chúng ta thấy cái thể thức mà theo đó sự tăng trưởng diễn ra. Một thực tế đã được xác định là kế hoạch kiến tạo là một, và rằng tất cả các loại đời sống động vật đều đi theo đó. Kế hoạch đó có thể được theo dõi sát một cách cụ thể trong mầm phôi, trong nghiên cứu về tâm lý của trẻ con, và còn có thể nhận ra được trong xã hội. Điều đáng chú ý là trong những thời kỳ sớm nhất của chúng, các phôi động vật đều giống nhau, dù là con người, con thỏ hay thằn lằn. Để tự hiện thực hóa, các động vật có xương sống phải trải qua những giai đoạn giống nhau, nhưng khi sự phát triển phôi thai được hoàn tất, sự khác biệt thì cực kì lớn. Ta có thể khẳng định cũng với sự chắc chắn rằng trẻ sơ sinh là một phôi thai tinh thần, cho nên khi mới sinh ra tất cả các em bé đều giống nhau, và cần được đối xử hay giáo dục giống nhau trong giai đoạn tăng trưởng của phôi, giai đoạn nhập thể của trí khôn. Bất cứ loại người nào có thể là kết tinh của sự lao động của đứa trẻ, một thiên tài của thế giới hay một người lao động, một vị thánh hay kẻ tội phạm, đều phải trải qua các giai đoạn nhập thể này. Theo đó, giáo dục trong những năm đầu tiên của cuộc đời phải giống nhau cho tất cả mọi người, và phải đi theo mệnh lệnh của chính tự nhiên đã thổi vào sinh linh đang lớn lên những nhu cầu nào đó. Đúng là những sự khác biệt sau đó đã nảy sinh giữa các cá thể, nhưng chúng ta không gây ra các sự khác biệt này hay có ngay khả năng để khích động lên chúng. Có một tính cá nhân nội tại, một cái tôi, đang phát triển một cách ngẫu nhiên, độc lập với chúng ta, và chúng ta chỉ có thể giúp nó, kẻ có tiềm năng là một thiên tài, một vị tướng lĩnh hay một nghệ sĩ, để tự hiện thực bản thân, và tháo gỡ các rào cản trên con đường phát triển tiến đến sự hiện thực hóa của nó. Chúng tôi đã xác định sự kiện về sự hiện hữu của các điểm mẫn cảm, quanh đó các cơ quan được hình thành, và kế đó về sự xuất hiện của hai hệ thống, tuần hoàn và thần kinh, để điều khiển và kết hợp. Nhưng khoa học không thể giải thích sự kiện sau đó rằng có một sinh vật sống xuất hiện và hiện hữu, tự do và độc lập, khác với mọi sinh vật khác, với cá tính của riêng nó.

Vào năm 1930, một khám phá sinh học thực hiện ở Philadelphia đã hoàn toàn mâu thuẫn với các lý thuyết hiện hành. Người ta tìm ra rằng trung tâm thần kinh thị giác trong bộ não được hình thành trước dây thần kinh thị giác và sớm hơn đôi mắt rất lâu. Kết luận là trong động vật, hình thái tinh thần đến trước thể chất, và kế đó các bản năng của mỗi con vật, và những tập tính tự nhiên của mỗi con, được cố định trước khi cái phần sẽ biểu lộ ra chúng được hình thành. Nếu phần tinh thần đó có trước, có nghĩa là phần thể chất tự hoàn tất sự kiến tạo của chính nó, tự uốn nắn theo những đòi hỏi của tinh thần, của bản năng, các cơ quan và các chi của các sinh vật, dù là giống nào, đều có tính phù hợp nhất để biểu đạt các bản năng của chúng. Cái lý thuyết mới được gọi là thuyết hành vi và nó đi ngược lại với niềm tin cũ rằng các động vật tạo ra thói quen nhằm để tự thích ứng với môi trường. Người ta đã nghĩ rằng chính ý chí của người lớn đã gây nên sự thay đổi cần thiết của cấu trúc thể chất trong đấu tranh sinh tồn, và rằng dần dà, qua nhiều thế hệ liên tiếp, sự thích nghi hoàn hảo đã được hoàn thành. Cái thuyết mới không phủ nhận tất cả những điều này, nhưng đặt vào trọng tâm của tất cả, những thói quen có tính bản năng hay là hành vi của con vật. Nó có thể thành công trong nỗ lực thích ứng chỉ khi nào những thích ứng này được sử dụng hết trong phạm vi những giới hạn của hành vi ứng xử của chính nó. Một ví dụ có thể tìm thấy trong trường hợp của con bò, một sinh vật có sức lực, mạnh mẽ, và to lớn. Sự tiến hóa của nó có thể truy nguyên từ lịch sử địa chất của thế giới. Nó xuất hiện khi trái đất đã được cung cấp đầy đủ cây cối và ta tự hỏi tại sao con vật này chọn chỉ ăn cỏ, thứ thức ăn khó tiêu hóa nhất có thể tìm ra, do đó đòi hỏi phải có sự phát triển của bốn cái bao tử. Nếu vấn đề chỉ nằm trong sự sinh tồn, chắc hẳn chuyện sẽ dễ dàng hơn nếu nó ăn cái gì khác đã có đầy rẫy ở đó. Hàng ngàn triệu năm đã trôi qua, nhưng chúng ta vẫn còn thấy con bò, trong điều kiện tự nhiên, nó chỉ ăn cỏ gần bộ rễ, nhưng không bao giờ nhổ bật rễ cây lên, như thể chúng biết rằng cỏ cần được cắt gần rễ để cho những nhánh nằm bên dưới mặt đất phát triển, nếu không nó sẽ sớm trổ hạt và chết đi. Người ta cũng đã nhận ra là cỏ có tầm quan trọng rất lớn cho sự bảo tồn của những dạng thực vật sống khác, bởi vì cỏ đan kết các hạt cát rời rạc với đất, nếu không sẽ bị gió cuốn đi. Không những nó ổn định đất đai, mà nó còn thành phân cho đất phì nhiêu, chuẩn bị đất cho các thực vật khác, đó là tầm quan trọng của cỏ về mặt lợi ích thiên nhiên. Ngoài việc cắt cỏ còn có hai việc cần thiết để duy trì cho cỏ, một cái là phân bón, còn cái kia là sự san phẳng hay là sức ép dưới một trọng lượng nặng nề. Có cái máy nông nghiệp nào có thể thực hành ba nhiệm vụ này tốt hơn là con bò? Cái máy tuyệt vời này còn cung cấp sữa, ngoài việc trợ giúp cho cỏ mọc lên và giữ gìn cả mặt đất. Nên tập tính của con bò dường như được thiết kế để phục vụ các mục đích của tự nhiên, cũng giống như quạ và diều hâu được thiết kế để phục vụ hữu hiệu trong một lĩnh vực khác, là ăn xác thối rữa.

Các ví dụ này liên quan đến sự lựa chọn thức ăn của động vật, và kết luận được xác chứng bởi hàng trăm trường hợp như vậy, rằng các động vật không ăn chỉ để tự thỏa mãn, mà để hoàn thành một sứ mệnh đã được hành vi ứng xử của chúng quy định cho chúng, vì mục đích cho sự hài hòa của sáng tạo, được đạt đến nhờ sự cộng tác của tất cả các sinh vật, sống động hay bất động. Có những sinh vật khác lại ăn quá mức đến nỗi không thể là để duy trì sự sống. Chúng không ăn để sống, mà chúng sống để ăn! Một ví dụ là con trùn đất, mỗi ngày ăn một lượng đất tính ra nhiều hơn 200 lần khối lượng cơ thể nó. Chính Darwin là người đầu tiên nói rằng không có các con trùn đất, trái đất hẳn sẽ ít phì nhiêu hơn.

Lao động của con ong trong sự thụ phấn của hoa là một ví dụ quen thuộc khác, và chúng ta bắt đầu thấy trong thuyết hành vi này là các con vật tự hy sinh bản thân vì lợi ích của các dạng sự sống khác, thay vì chỉ ăn để duy trì sự tồn tại của chính mình. Tương tự, trong đại dương có những sinh vật đơn bào hoạt động như là những cái màng lọc, lọc bỏ vài dạng muối độc ra khỏi nước, và khi theo đuổi chức năng này chúng uống những lượng nước khổng lồ so với kích thước của chúng, tương đương với một người uống khoảng bốn lít nước trong mỗi giây! Mục đích đã đặt các động vật vào mối tương quan với trái đất và sự duy trì cho nó sẽ chẳng hề bao giờ được các động vật ý thức đến, vậy mà các hình thức cao hơn của sự sống, ngay chính mặt đất, sự tinh tuyền của không khí và nước lại bị tùy thuộc vào các nhiệm vụ của chúng.

Tất cả điều này rõ ràng cho thấy có một kế hoạch đã được ấn định, mà để hoàn thành, các cơ quan đã được hình thành, và mục đích của sự sống là tuân theo mệnh lệnh huyền bí điều hòa mọi sự và sáng tạo ra một thế giới tốt đẹp hơn. Thế giới được tạo ra cho chúng ta không phải để hưởng thụ mà chúng ta được tạo ra nhằm làm cho vũ trụ được tiến hóa.

Quan sát và nghiên cứu loài người và so sánh với những loài động vật khác, chúng tôi thấy có vài sự khác biệt, và sự khác biệt chính là loài người không được ấn định phải có một loại vận động đặc biệt hay một loại trú ẩn đặc biệt. Trong các động vật, con người là sinh vật có khả năng nhất để tự thích ứng với bất cứ khí hậu nào, dù là nhiệt đới hay hàn đới, sa mạc hay rừng già, chỉ có con người là tự do đi đến nơi nào mà mình muốn. Con người còn có khả năng làm những động tác đa dạng nhất, và có thể làm nhiều thứ với đôi tay của mình mà không loài động vật nào khác có thể làm được. Dường như không có hạn chế nào trong hành vi của con người; con người là tự do. Nhân loại có ngôn ngữ đa dạng nhất; về vận động, con người có thể đi, chạy, nhảy và bò; có khả năng thực hiện những động tác giả tạo trong khiêu vũ, và có thể lội như cá. Tuy nhiên, ở đứa trẻ, không có khả năng nào trong số này tồn tại khi mới sinh ra; mỗi khả năng phải được con người chinh phục trong thời thơ ấu. Con người, kẻ được sinh ra mà không có năng lực vận động, hầu như bất toại, nó có thể học hỏi thông qua sự luyện tập để đi, chạy và leo trèo như những động vật khác nhưng kỹ năng đó phải do chính nỗ lực của nó. Đứa trẻ không những có được tất cả các khả năng của loài người, đa dạng hơn nhiều so với khả năng của những động vật khác, mà còn phải thích ứng bản thể mà nó kiến tạo nên với khí hậu và những điều kiện khác mà ở đó nó phải sinh sống, và tùy theo các đòi hỏi của một nền văn minh càng lúc càng trở nên phức tạp hơn. Nếu con người bị cố định như các động vật về mặt hành vi, nó chắc không thể thích nghi với những điều kiện mới, đang thay đổi ở mỗi thế hệ. Nhiệm vụ thích ứng dường như đã được thiên nhiên ấn định chỉ dành riêng cho những thành tựu của thời thơ ấu; người lớn không có thể thích ứng được. Người lớn nhìn đến vùng đất của chính họ như là điểm đáng mơ ước nhất trên địa cầu, cho dù chúng có khuyết điểm nào đi nữa, và họ không bao giờ hoàn toàn nắm vững được các âm thanh của một ngoại ngữ một cách triệt để, cho dù chúng có thể đơn giản hơn ngôn ngữ của họ nhiều, cái ngôn ngữ mà họ đã tiếp thu một cách dễ dàng trong thời ấu sinh. Người lớn có thể chiêm ngưỡng một môi trường và nhớ đến nó, nhưng đứa trẻ có thể hấp thụ nó một cách vô thức và biến nó thành một phần của tinh thần của nó; thế nên chính bản thân nó là hóa thân của những sự vật mà nó thấy và nghe, như ngôn ngữ, và các sự biến hóa đích thực đã xảy ra. Loại kí ức này được các nhà tâm lý gọi là Mneme[2] ("Kí ức vô thức") , và nhiệm vụ của nó là kiến tạo cho cá thể hành vi ứng xử thích hợp với thời đại và nơi chốn, đồng thời thích ứng với cái tư duy của xã hội của nó. Người lớn thấy mình có những tình cảm và thành kiến, nhất là về tôn giáo mà lí trí của họ có lẽ có thể gạt ra; nhưng họ không bao giờ có thể gạt bỏ chúng hết được, do chúng đã trở thành một phần của bản thân họ, thực sự đã "ở trong máu huyết " của họ như ta thường nói.

Cho nên, nếu muốn thay đổi các tục lệ và tập quán của một quốc gia, hay mong ước củng cố mạnh mẽ hơn những đặc điểm của một dân tộc, chúng ta phải lấy đứa trẻ làm công cụ, bởi rất ít điều có thể thực hiện được theo chiều hướng này bằng cách tác động lên người lớn. Để thay đổi một thế hệ hay

[2] Mneme: Kí ức/Trí nhớ trong vô thức, nơi lưu trữ và cố định vĩnh viễn các cảm nhận vô thức mà trẻ đã hấp thụ vào lúc đầu đời, vốn sẽ có ảnh hưởng lên cả cuộc đời của trẻ. .Đọc thêm: The Absorbent Mind (Tâm trí Thấm hút) và The Formation of Man (Hình thành con Người) của Maria Montessori, (VMEF xuất bản) (ND)

một đất nước, để ảnh hưởng khiến nó thành ra tốt hay xấu, để đánh thức tôn giáo hay bổ túc nền văn hóa, chúng ta phải nghĩ đến đứa trẻ, là kẻ toàn năng. Sự thật của điều này đã được chứng minh gần đây bởi đảng Nazi (Đức quốc Xã) và phe Phát-xít, họ đã biến đổi đặc tính của cả dân tộc bằng cách tác động lên trẻ em.

Chương 6

Giáo dục từ khi sinh ra

Trẻ sơ sinh chưa hoàn toàn phát triển, ngay cả về mặt thể chất, nó còn bất toàn. Đôi bàn chân để đi trên mặt đất, và có lẽ sẽ chiếm lĩnh toàn thế giới, vẫn chưa có xương, sụn, bộ sọ bao bọc não bộ và phải là sự bảo vệ vững chắc của nó, chỉ có một ít xương trong sọ của nó là đã phát triển. Còn quan trọng hơn nữa, các dây thần kinh chưa hoàn chỉnh, cho nên thiếu sự điều khiển trung ương và thống nhất giữa các cơ quan, và do đó không có sự vận động, mặc dù con non của các sinh vật khác lại có khả năng di chuyển và bước đi ngay tức khắc. Thật ra đứa trẻ phải được xem là đang sở hữu một đời sống phôi thai mở rộng trước và sau khi sinh ra. Sự sống này bị gián đoạn bởi một biến cố lớn, cuộc phiêu lưu mạo hiểm khi sinh ra, qua đó nó lao vào một môi trường mới. Tự thân sự thay đổi là khủng khiếp, tựa như ta đi từ trái đất lên mặt trăng. Mà không phải chỉ như vậy; để làm một bước vĩ đại, đứa bé phải trải qua một nỗ lực khác thường về thể chất khi được sinh ra. Người ta thường chỉ nghĩ đến người mẹ và các khó khăn của bà, nhưng đứa bé trải qua một thử thách còn lớn lao hơn nữa, nhất là khi ta quan niệm rằng đứa bé vẫn còn chưa hoàn chỉnh, dù được phú cho một sự sống tinh thần. Nó không có những khả năng tinh thần bởi nó phải trước hết sáng tạo ra chúng, nên cái phôi thai tinh thần này, dù về mặt thể chất chưa hoàn chỉnh, phải sáng tạo ra chính các khả năng của nó.

Sinh linh này khi sinh ra bất lực, bất động, phải được phú cho một hành vi hướng nó tới sự vận động. Những bản năng này dường như thức tỉnh ở các động vật khác khi sinh ra, ngay khi sinh vật vừa mới tiếp xúc với môi trường của nó, ở loài người, chúng phải được xây nên bởi phôi thai tinh thần đồng thời với sự sáng tạo nên các khả năng tương ứng với các động tác. Trong khi điều này diễn ra, phần thể chất của phôi đang hoàn tất sự phát triển của nó, các dây thần kinh trở nên thống nhất và hộp sọ đã hóa xương.

Con gà, vừa ra khỏi vỏ, chỉ đợi cho gà mẹ dạy cách lượm thức ăn và chúng lập tức bắt đầu làm như các con gà khác. Đó là thói quen hiện tại của chúng, cũng giống như trong thế hệ trước, và cũng sẽ được trông đợi rằng nó sẽ vẫn là như thế. Nhưng con người phải phát triển cái tinh thần của nó trước, và điều này phải dựa theo môi trường và những điều kiện đang thay đổi trong một xã hội đang thay đổi của con người; nên thiên nhiên đã thận trọng giữ cho cơ thể bất động trong khi cả bộ xương và hệ thần kinh dành ưu tiên cho sự phát triển về trí khôn. Nếu đời sống tinh thần phải là hiện thân của môi trường, trí khôn trước hết phải quan sát và học hỏi nó, đúng ra nó phải tập hợp một số lớn các ấn tượng từ đó, cũng như cái phôi thai thể chất bắt đầu tích lũy tế bào, trước khi bắt đầu dùng chúng để xây nên các cơ quan chuyên biệt của nó.

Vậy là thời kỳ đầu của đời sống đã được cố định để lưu trữ các ấn tượng từ môi trường, và do đó là thời kỳ hoạt động tinh thần mạnh nhất; nó là hoạt động hấp thụ tất cả những gì đang có trong môi trường. Trong năm thứ hai, sinh linh thể chất đã gần hoàn chỉnh, và vận động bắt đầu đã trở thành mặc định. Trước kia người ta đã nghĩ rằng trẻ nhỏ không có đời sống tinh thần, nhưng bây giờ chúng ta ý thức được rằng cái phần duy nhất hoạt động trong năm đầu đời là bộ não! Đặc tính chính yếu của đứa con của con người là trí khôn, khác với các sinh vật khác chỉ cần đánh thức các bản năng cho hành vi của chúng. Trí thông minh của đứa trẻ phải tiếp thu hiện tại của sự sống đang tiến hóa có nguồn gốc hàng trăm ngàn năm trong nền văn minh của nó, và đã vươn tới trước mặt một tương lai của hàng trăm triệu năm; một hiện tại không bị hạn chế bởi quá khứ hay tương lai, và không hề có lúc nào giống nhau. Các khía cạnh của nó là vô tận, trong khi đó, đối với các loại khác, chỉ có một khía cạnh, đã luôn luôn bị cố định mà thôi. Chắc chắn là cái tinh thần của con người đã bắt đầu theo một thể thức bí ẩn nào đó, và nó đã được chứng minh là đã bắt đầu trước khi sinh ra, bởi trong trí não của đứa trẻ, chúng ta tìm ra những năng lực mạnh mẽ đến nỗi chúng phải có tiềm năng tạo ra bất cứ khả năng nào, để con người thích nghi với bất cứ điều kiện nào.

Các nhà tâm lý ngày nay kinh ngạc bởi cái gọi là: "cuộc mạo hiểm khó khăn khi sinh nở" và kết luận rằng đứa trẻ phải trải qua một cơn chấn động lớn vì sợ hãi. Một trong những từ được sử dụng trong tâm lý học là "nỗi kinh hoàng khi sinh", nó không phải là nỗi khiếp sợ có ý thức, nhưng không nghi ngờ gì, trẻ sơ sinh có thể cảm nhận được sự sợ hãi, như khi bị nhúng quá nhanh vào chậu tắm, khi bị phơi ra ánh sáng mạnh và sự cầm nắm trong tay người lạ. Thiên nhiên ban cho người mẹ đơn sơ cái bản năng giữ con mình gần chính cơ thể của bà, bà không còn đủ hơi sức, nên để được yên tĩnh cho chính bản thân, bà để cho đứa con được yên tĩnh, sưởi ấm con bằng chính hơi ấm của mình và che chở nó khỏi bị quá nhiều chấn động. Mèo mẹ giữ con trong một cái hóc tối nào đó, sát sao bảo vệ con non khỏi mọi sự sờ chạm của kẻ lạ, nhưng hầu hết các người mẹ thì hầu như đã mất hết bản năng tự nhiên của họ, đứa con vừa sinh ra là có người đến tắm rửa và mặc đồ cho nó, đem nó đến ánh sáng để xem màu mắt của nó, do ngu dốt, khiến nó bị chấn động và sợ hãi hơn. Hậu quả của một sự "kinh hoàng khi sinh ra" như thế ngày nay được công nhận qua các hệ lụy về cá tính của đứa trẻ trong sự phát triển sau này; sự biến đổi về tinh thần xảy ra, và thay vì là bình thường, đứa trẻ đi sai con đường. Những sai lầm gây ra như thế đã được bao hàm trong cái thuật ngữ: thoái hóa tinh thần và chúng có đặc điểm là co rút khỏi cuộc sống, tựa như những sinh linh này vẫn còn quyến luyến cái gì đó đã hiện hữu trước khi sinh ra, nó cảm thấy ghê tởm thế giới. Giấc ngủ rất dài của đứa trẻ sơ sinh được xem là bình thường nhưng nó có thể quá dài để là bình thường, khi nó cho thấy đó là sự thoái hóa. Một dấu hiệu khác là bé khóc khi thức giấc, và thường xuyên gặp ác mộng; một điều khác là nó quá quyến luyến với ai đó, thường là người mẹ, tựa như nó sợ bị bỏ rơi một mình. Một đứa bé kiểu dễ khóc nhè thì luôn luôn đòi có người để giúp nó, luôn luôn làm biếng, luôn luôn buồn nản, rụt rè. Rõ ràng là những đứa trẻ như vậy thấp kém so với người khác trong tranh đấu để tồn tại. Số phận của chúng sẽ là không có niềm vui, can đảm và hạnh phúc bình thường. Đây là câu trả lời khủng khiếp của tâm trí ở tiềm thức. Chúng ta quên với cái trí nhớ có ý thức, như những ấn tượng ghi khắc lên cái kí ức *mneme* luôn tồn tại như là đặc điểm của cá thể. Một hiểm họa cho nhân loại đang nằm ở đó. Đứa trẻ không được chăm sóc chu đáo sẽ trả thù xã hội bằng cách trở thành một kẻ yếu đuối, một rào cản đối với sự tiến bộ của văn minh.

Tương phản với những đứa thoái hóa, đứa trẻ bình thường biểu lộ những khuynh hướng rõ rệt tiến đến sự độc lập. Sự phát triển là do chinh phục để luôn trở thành độc lập hơn nữa, vượt thắng mọi rào cản trên con đường. Sinh lực cung cấp sự thôi thúc này được gọi là *Horme*[3], và có thể được so sánh với cái sức của ý chí ở người lớn, mặc dù cái sau nhỏ hơn nhiều và chỉ giới hạn ở cá thể, trong khi *horme* thuộc về sự sống nói chung, một sức mạnh thần thánh hoạt động cho sự tiến hóa. Trong đứa trẻ lớn lên bình thường *horme* được biểu lộ qua sự hăng hái, hạnh phúc, "niềm vui sống". Khi sinh ra, trẻ tự giải thoát khỏi một ngục tù, là cơ thể của bà mẹ, và đạt được sự độc lập đối với các chức năng của người mẹ. Trẻ được phú cho động lực để đối diện và chinh phục môi trường, nhưng do đó mà môi trường phải hấp dẫn đối với nó. Gọi điều mà đứa trẻ cảm nhận đối với môi trường của nó là tình yêu có lẽ không quá đáng. Các cơ quan đầu tiên bắt đầu vận hành là các giác quan, và đứa trẻ bình thường tiếp thu mọi thứ, chưa phân biệt được âm thanh nào với âm thanh nào, vật gì với vật gì; trước hết trẻ thâu tóm thế giới, và rồi trẻ phân tích nó.

Vào lúc 6 tháng tuổi, một số hiện tượng xảy ra, đây là những cột mốc của sự tăng trưởng bình thường. Có những thay đổi về thể chất, dạ dày bắt đầu tiết ra một loại axit cần thiết cho sự tiêu hóa, và những chiếc răng đầu tiên bắt đầu nhú ra. Đây là một bước tiến lớn đến sự tự lập. Cũng khoảng vào thời gian này trẻ bắt đầu thốt ra âm tiết đầu tiên, viên gạch đầu tiên là nền tảng cho ngôi nhà lớn sẽ phát triển thành ra ngôn ngữ. Rồi đây nó sẽ sớm tự biểu đạt, và không còn phải lệ thuộc vào người khác để phỏng đoán ra các nhu cầu của nó; đây thực sự là một sự chinh phục lớn lao tiến tới sự độc lập. Sau thành quả này một thời gian, vào lúc một tuổi, đứa bé bắt đầu bước đi, thế là nó tự giải phóng khỏi cái ngục tù thứ hai. Qua các bước tiến liên tiếp như thế, con người trở thành tự do, nhưng không

---

[3] Horme: thuật ngữ đề xuất bởi Sir Percy Nunn và được Maria Montessori mô tả là một lực sống bẩm sinh, cực kỳ năng động, thúc đẩy đứa trẻ phát triển tự nhiên, trong tương tác và trải nghiệm với môi trường để kiến tạo nên con người của nó.
Đọc thêm: The Absorbent Mind. So sánh với các thuật ngữ "élan vital" (Henri-Louis Bergson), "εντελέχεια /entelecheia" (Ἀριστοτέλης /Aristotle) và "Wille" (A. Schopenhauer). (ND)

phải do duy ý chí; độc lập là một món quà của tự nhiên, đã đưa nó đến sự tự do.

Chinh phục về đi đứng là một điều rất quan trọng, vô cùng phức tạp, nhưng được thực hiện trong năm đầu tiên của cuộc đời, chung với các cuộc chinh phục về ngôn ngữ và định hướng.

Nhưng động vật cấp thấp hơn bước đi ngay khi chúng vừa sinh ra, trong khi sự kiến tạo ra con người tinh tế hơn và đòi hỏi nhiều thời gian hơn. Sức đứng trên hai chân và đi thẳng lưng tùy thuộc vào sự phát triển của một phần của não được gọi là tiểu não, nó bắt đầu phát triển rất nhanh vào lúc 6 tháng tuổi, và tiếp tục phát triển nhanh cho tới khi đứa bé được 14 hay 15 tháng tuổi. Tương ứng chính xác với sự tăng trưởng này, đứa bé ngồi dậy vào lúc 6 tháng, bắt đầu bò lúc 9 tháng, và lúc 15 tháng nó đã đi vững vàng. Yếu tố thứ hai trong cuộc chinh phục về đi đứng là sự hoàn chỉnh của một số dây thần kinh tủy, qua đó các thông điệp từ tiểu não chuyển sang các bắp cơ. Yếu tố thứ ba là sự hoàn chỉnh của cấu trúc xương của bàn chân, và của hộp sọ, để não bộ có thể được che chở khỏi chấn thương khi bị ngã.

Không có sự giáo dục nào có thể áp dụng lên đứa bé đi được trước khi chưa tới lúc. Ở đây, chính thiên nhiên chỉ huy và nó phải được tuân thủ. Hơn nữa cố giữ đứa bé đã bắt đầu đi và chạy phải ngồi yên là điều vô ích, bởi vì tự nhiên hướng dẫn rằng bất cứ cơ quan nào đã phát triển thì phải được sử dụng. Tương tự, ngôn ngữ vừa xuất hiện thì đứa bé bắt đầu nói huyên thuyên, và một trong những việc khó nhất là làm cho nó ngừng nói. Nếu đứa trẻ chưa nói hay đi được, chắc có sự đình trệ trong tăng trưởng của nó, do đó phải để cho trẻ tự do vận hành và sử dụng sự độc lập của nó. Các nhà tâm lý nói rằng thái độ hành vi được xác định ở mỗi cá nhân bởi kinh nghiệm thực hiện trên môi trường, và do đó nhiệm vụ đầu tiên của giáo dục là cung cấp một môi trường cho phép và hỗ trợ đứa trẻ để nó phát triển những chức năng mà thiên nhiên đã trao cho nó. Đây không đơn thuần là một vấn đề làm vui lòng đứa trẻ, mà là sự cộng tác với một mệnh lệnh của thiên nhiên.

Quan sát đứa trẻ cho thấy bình thường trẻ ước ao được hành động một cách độc lập. Nó muốn khuân vác đồ đạc, tự mình mặc hay cởi áo, tự ăn một mình, và không phải vì người lớn gợi ý cho nó nên thử làm những việc này. Ngược lại, sự thôi thúc trong nó mãnh liệt đến nỗi các cố gắng của chúng ta thường là để cố kiềm hãm đứa trẻ, nhưng khi làm như thế, chúng ta đang chống lại thiên nhiên, không phải chống lại ý muốn của đứa trẻ. Kế đó, trẻ sẽ biểu lộ cái xu hướng phát triển trí khôn bằng chính kinh nghiệm của nó, và do đó nó bắt đầu tìm kiếm nguyên nhân của các sự vật. Không có lý thuyết nào hết, chỉ có những sự kiện tự nhiên rõ rệt, được tiết lộ và chứng thực bởi quan sát. Chúng tôi nói rằng xã hội phải để cho đứa trẻ hoàn toàn tự nhiên, phải bảo đảm sự độc lập của nó. Nhưng lí tưởng về tự do và độc lập này không nên bị nhầm lẫn với các quan niệm mơ hồ của người lớn khi dùng các từ này. Trong thực tế, đa số mọi người có một quan điểm rất kém về ý nghĩa của chữ "tự do". Tự nhiên ban bố sự sống bằng cách ban cho sự tự do và độc lập, nhưng lại đồng thời đặt ra những quy luật được ấn định tương hợp với thời gian và các nhu cầu đặc biệt của nó. Thiên nhiên biến tự do thành một quy luật của sự sống - sự chọn lựa chỉ có là *tự do hay là chết*. Nay thiên nhiên trao cho chúng ta sự hỗ trợ và trợ giúp để diễn dịch đời sống xã hội của chúng ta thông qua quan sát đứa trẻ, kẻ sẽ chỉ ra cho chúng ta thấy được cái thực tại. Độc lập được bộc lộ ra không phải như là một cái gì ở trạng thái tĩnh mà là một sự chinh phục liên tục, là sự thụ đắc, bằng lao động không mệt mỏi, không những của tự do, mà còn của sự mạnh mẽ và sự tự hoàn thiện. Khi cho đứa trẻ sự tự do và độc lập, chúng ta giải phóng một con người lao động được thúc đẩy hành động và không thể sống được ngoại trừ bằng hoạt động của nó, bởi đây là hình thức hiện hữu của tất cả các sinh vật sống. Sống là hoạt động, và chỉ thông qua hoạt động mà sự hoàn hảo của đời sống có thể được tìm kiếm và nhận ra. Vài ước vọng xã hội đã đến với chúng ta qua kinh nghiệm của những thế hệ đã qua, đưa ra lý tưởng về sự lao động ít giờ hơn, cho những người khác đang làm việc cho chúng ta, là những đặc điểm tự nhiên của một đứa trẻ bị thoái hóa đang tránh né cuộc sống.

Một vấn đề đặc biệt về giáo dục là làm sao để giúp các trẻ em thoái hóa này, làm sao để chữa trị những suy thoái đang làm trì trệ hay gây ra những chệch hướng khỏi sự phát triển bình thường. Bởi một đứa trẻ như vậy không có tình yêu đối với môi trường và cảm thấy rằng các rào cản đối với cuộc chinh phục của nó là quá khó khăn để vượt qua, nhu cầu đầu tiên là giảm đi các rào cản này, và kế đến là tạo sự thu hút đối với môi trường. Rồi đứa trẻ phải được trao cho cái hoạt động lí thú, cái gì để trẻ thích thú làm, khi mời trẻ thực hiện tiếp những thử nghiệm khác. Dần dần, đứa trẻ được chuyển hướng từ ý muốn chỉ ngồi không đến sự quan tâm một điều gì đó đã đánh thức được lòng ước ao làm việc, từ sự uể oải không muốn sinh hoạt, từ trạng thái sợ sệt thường tự diễn dịch bằng sự quyến luyến thái quá đến nỗi không muốn rời bỏ, thành sự tự do của niềm vui và chinh phục của sự sống.

Vài nguyên tắc này có thể được đề ra cho giáo dục trong hai năm đầu tiên của cuộc đời trẻ thơ. Đứa bé phải được ở gần mẹ càng nhiều càng tốt ngay sau khi sinh ra, và môi trường phải vắng những trở ngại cho sự thích ứng của bé, ví dụ như thay đổi nhiệt độ khác với nhiệt độ mà bé đã quen trước khi sinh ra, quá nhiều ánh sáng, và quá nhiều tiếng ồn, bởi nó vừa đến từ một nơi hoàn toàn yên lặng và u tối. Đứa bé phải được ẵm bồng và di chuyển cẩn thận, không nên bất thần hạ xuống để nhúng vào chậu tắm, và cho mặc quần áo một cách nhanh chóng và thô bạo - thô bạo theo nghĩa là bất cứ sự cầm nắm, ẵm bồng nào cũng là thô bạo vì đứa bé vô cùng mong manh một cách sâu sắc, cả về mặt tinh thần lẫn thể chất. Tốt nhất là đứa bé không mặc đồ, chỉ được giữ trong một cái phòng sưởi đủ ấm và không có gió lùa, và được mang đi trên một tấm nệm mềm, để nó được nằm trong tư thế tương tự lúc chưa sinh ra. Khuynh hướng ngày nay là dành cho em bé sự chăm sóc và tôn trọng như đối với những người bị thương nặng - nhưng chỉ tinh tế và hoàn hảo hơn thôi. Ngoài sự chăm sóc vệ sinh và che chở, người mẹ và đứa con phải được xem là hai bộ phận của một thân hình, vẫn được gắn kết với nhau bởi một lực từ tính động vật; họ cần được biệt lập trong một thời gian và sự tôn trọng rất chỉn chu về mọi mặt. Người nhà và bạn bè không nên hôn và nựng em bé, cả người điều dưỡng cũng không nên tách em ra khỏi người mẹ.

Một khi giai đoạn này đã qua, đứa bé tự thích ứng dễ dàng với thế giới mà nó bước vào, và bắt đầu du hành trên con đường tiến đến sự tự lập. Cuộc chinh phục đầu tiên của bé là sử dụng các giác quan, một hoạt động thuần túy về tinh thần, bởi cơ thể của nó vẫn còn bất động. Đôi mắt của đứa bé rất linh động; bé tiếp thu không những các ấn tượng thông qua đôi mắt, mà còn tìm kiếm chúng, như một người làm việc nghiên cứu tích cực. Khác với các động vật thấp hơn bị giới hạn trong quan sát của chúng, và bị thu hút bởi một số vật đơn thuần dưới sự điều khiển của hành vi của chúng, đứa bé không bị giới hạn nào hết, nó tiếp nhận toàn bộ môi trường, và hợp nhất môi trường vào tinh thần của mình. Trẻ muốn thế giới - tất cả những gì quanh trẻ để tạo nên sự thích ứng của trẻ đối với thế giới đó. Tách biệt đứa trẻ vào một nhà giữ trẻ, một thứ nhà tù, chỉ ở với một bảo mẫu làm bầu bạn, và cho nó ngủ càng nhiều càng tốt, như một người tàn tật, là điều sai lầm. Bảo mẫu ít nói chuyện với nó, vì che miệng lại là vệ sinh, như thế thì làm sao đứa bé học được ngôn ngữ? Ngoài ra, bảo mẫu thuộc về một môi trường xã hội khác với môi trường của đứa trẻ, cho nên trẻ không thể tiếp thu từ bảo mẫu cái ngôn ngữ nó sẽ cần đến. Con nhà giàu ở các quốc gia rất văn minh là những đứa bị đối xử tệ nhất xét về phương diện này, chúng ít khi được gặp mẹ hay bạn bè của mẹ, bị bỏ rơi vào tay của những bảo mẫu chuyên nghiệp một cách bất nhân, bị che chắn trong các chiếc xe đẩy có mui chắn nắng và gió, không được nhìn thỏa thuê bằng mắt bất cứ cái gì đáng thích thú hơn khuôn mặt của cô bảo mẫu. Chúng trở nên lãnh đạm và trì độn, hoặc phản ứng lại bằng những cơn khóc nhè và giận dữ, bởi chúng đau khổ vì bị đói khát về trí khôn và ít nhất bị thiếu dinh dưỡng về mặt tinh thần. Hạnh phúc thay cho đứa trẻ nào được đi khắp nơi với mẹ nó, trên đường phố và chợ búa, trên xe điện hay xe buýt, lắng nghe và nhìn ngó, tích lũy các cảm tưởng với sự quan tâm mãnh liệt, và lúc nào cũng được an toàn trong sự chăm sóc của người bảo bọc tự nhiên của nó.

Chương 7

Bí ẩn của ngôn ngữ

Ngôn ngữ là một biểu đạt về sự đồng thuận giữa một nhóm người và chỉ có thể hiểu được bởi những kẻ đã đồng ý với nhau rằng những âm đặc biệt sẽ tượng trưng cho những ý tưởng đặc biệt nào đó. Những nhóm người khác có những âm thanh khác để biểu đạt những ý tưởng và sự vật giống vậy. Nên ngôn ngữ trở thành một bức tường chia cách nhóm này với nhóm kia. Nó là công cụ để cùng nhau suy nghĩ, và đã càng trở nên rắc rối hơn khi tư duy của con người càng ngày càng phức tạp. Những âm thanh dùng để tạo ra chữ không nhiều nhưng chúng có thể hợp lại với nhau bằng nhiều cách để thành ra từ ngữ, và những từ này có thể tập hợp bằng nhiều cách để tạo thành một câu nhằm diễn đạt một tư tưởng. Không có gì bí mật hơn sự thật rằng trong bất cứ thành tựu nào con người phải hợp lại với nhau và đồng ý, và để đồng ý, họ phải sử dụng ngôn ngữ, một cái gì trừu tượng nhất, một loại siêu trí khôn.

Có những ngôn ngữ đã trở thành quá phức tạp và quá cứng nhắc trong quy tắc đến nỗi chúng đã chết, các ngôn ngữ phát sinh đã soán lấy vị trí của chúng để thành thông dụng; nhưng dù chúng ta thấy quá khó để thụ đắc một kiến thức thông suốt về tiếng Latin cổ điển, những nô lệ thời đế quốc Roma chắc hẳn đã nói tiếng đó, và cả những người nông dân trong lúc họ lao động trên các cánh đồng cũng nói ngôn ngữ đó mặc dù không ai dạy cho họ hết. Những đứa trẻ ba tuổi chắc cũng đã thấy là ngôn ngữ đó dễ nói và dễ hiểu. Ngày nay bí mật này đã khơi lên sự tò mò, và các nhà tâm lý, khi xét đến sự phát triển ngôn ngữ ở trẻ con, đã nhấn mạnh rằng nó được triển khai ra, chứ không phải được dạy cho! Ngôn ngữ xuất hiện tự nhiên, như một sự sáng tạo tự phát, và ở một mức độ đáng kinh ngạc, sự phát triển của nó đi theo những quy luật rõ ràng, trong một số thời kỳ đã đạt được một số đỉnh cao; hơn nữa điều này đúng với mọi đứa trẻ, dù ngôn ngữ của dân tộc của chúng là đơn giản hay phức tạp. Có một thời kỳ khi mà trẻ chỉ phát ra các âm tiết; rồi một thời kỳ khác khi các từ có nhiều hơn một âm tiết được phát ra; cuối cùng là ngữ pháp và văn phạm dường như được nắm bắt, phái tính và số lượng, cách (thể), thời và ngữ khí. Đứa trẻ có được một môi trường có văn hóa đã học được cách sử dụng đúng đắn cái ngôn ngữ của nó, trong khi cùng lúc đó đứa trẻ Phi châu đáng thương đã học được một ít từ. Âm thanh tạo nên các từ ngữ được hình thành do sự sử dụng một số các cơ chế của thể chất, như lưỡi, cổ họng và mũi, và một vài cơ trên má. Sự hình thành của cơ chế này chỉ hoàn hảo khi nói tiếng mẹ đẻ. Đối với một ngoại ngữ, người lớn còn không thể nghe được tất cả các âm, chứ đừng nói đến chuyện phát ra chúng một cách hoàn hảo. Chỉ có đứa trẻ dưới ba tuổi có thể tạo dựng được cái cơ chế của ngôn ngữ, và trẻ có thể nói bất kỳ bao nhiêu ngôn ngữ cũng được, nếu chúng hiện diện trong môi trường mà trẻ sinh ra. Trẻ khởi sự công việc này trong bóng tối của cái tâm vô thức, và ở đây nó phát triển và tự cố định vĩnh viễn. Những sự thay đổi diễn ra trong các chiều sâu không dễ dàng gì tiếp cận được đối với sự quan sát của người lớn; nhưng một vài biểu hiện bên ngoài có thể nhận ra và kiểm chứng; những điều này có ý nghĩa và rõ rệt, phổ biến trong cả nhân loại. Có thể đưa ra một kết luận rằng các âm thanh của bất cứ ngôn ngữ nào vẫn giữ được sự thuần khiết của nó qua nhiều thời đại, và trong các sự giản đơn. Không có đứa trẻ nào chán học nói; cái cơ chế của nó đã cung cấp trọn vẹn cái ngôn ngữ, rất giống như cái cơ chế của phim chụp ảnh, nó cũng dễ dàng chụp ảnh của mười người hay nhiều người hơn nữa, như là chụp ảnh giống y hệt của riêng một người. Tấm phim chụp ảnh trong một khoảnh khắc của một giây, nhưng vẽ y hệt một người thì hẳn cần nhiều thời gian và cố gắng, và cần gấp mười lần thời gian ấy để vẽ ra mười người.

Một sự tương đồng thú vị khác nữa là tấm ảnh chụp và rửa ra trong tối; chỉ khi nào đã được cố định, nó mới có thể đem ra ánh sáng, và lúc ấy nó mới không còn thay đổi được nữa. Đối với ngôn ngữ ở đứa trẻ, cơ chế ở con người cũng như vậy: nó khởi sự rất sâu trong bóng tối của tiềm thức, được phát triển và cố định ở đó, và chỉ lúc bấy giờ nó mới được nhìn thấy công khai rõ ràng.

Những quan sát được kiên nhẫn tiến hành và ghi chép chính xác, ngày qua ngày, sau khi sinh ra, đã thiết lập một số sự kiện tựa như những cột mốc. Có một sự phát triển bí ẩn rất lớn bên trong, trong khi có rất ít dấu hiệu tương ứng bên ngoài, cho thấy có sự bất cân xứng giữa cái hoạt động nội tại và sự biểu hiện bên ngoài của nó. Tiến bộ được nhận thấy là không đồng đều và không theo đường thẳng trên biểu đồ, nhưng lại xảy ra theo từng đợt đột ngột khiến cho nhiều tháng trôi qua, ở giữa thời điểm trẻ chinh phục được các âm tiết đến lúc nó chinh phục được các từ ngữ, mà trong khi đó hầu như không có một sự tiến bộ nào cả. Đứa trẻ lại cũng có vẻ như bị khựng lại, với một ít từ trong một thời gian dài, nhưng ở đời sống bên trong, vẫn có một sự tiến triển lớn lao và liên tục, đem đến một kết quả bất ngờ qua cái mà các nhà tâm lý gọi là một hiện tượng có tính bùng nổ. Ở cùng một thời kỳ của cuộc đời mỗi đứa trẻ, bỗng tuôn trào một con thác từ ngữ, tất cả các từ được phát ra một cách hoàn hảo. Trong vòng ba tháng, đứa trẻ sử dụng các đặc ngữ và các ngôn từ đặc trưng của tiếng nói một cách thoải mái, và tất cả các điều này xảy ra vào cuối năm thứ hai của một đứa trẻ bình thường thuộc bất cứ giống dân nào. Các hiện tượng này tiếp tục sau năm 2 tuổi, với sự hiểu biết thấu đáo cách sử dụng các câu văn phức tạp, các thời và ngữ khí của động từ và đến phiên những khó khăn về ngữ pháp xuất hiện cũng với cách bùng nổ như vậy, cho đến khi sự diễn đạt của ngôn ngữ được hoàn chỉnh. Chỉ khi ấy cái kho tàng đã được tiềm thức chuẩn bị mới được giao qua cho ý thức, và đứa trẻ vận dụng toàn bộ cái năng lực mới này của nó, trẻ nói huyên thuyên không ngừng nghỉ và không gì cản được nó.

Hai năm rưỡi dường như là một lằn ranh của trí thông minh, khi con người được hình thành. Sau đó, sự phát triển không còn tính bùng nổ, nhưng đứa trẻ phong phú hóa bộ từ vựng của nó nếu nó được ở trong một môi trường có văn hóa, và, nhân rộng nó lên dù là ở trong những hoàn cảnh ít thuận lợi hơn. Các quan sát viên khoa học ở nước Bỉ nhận thấy một sự kiện là, khi hai tuổi rưỡi, đứa trẻ chỉ biết có 200 từ ngữ, đến năm tuổi nó đã biết và dùng hàng ngàn từ, và tất cả không nhờ một giáo viên nào. Sau khi đã học tất cả các từ này một mình, trẻ được nhận vào một trường học và được cho học bộ chữ cái!

Ngoài ra cũng có những sự kiện liên quan đến các cơ chế của ngôn ngữ cần được xét đến. Trong vỏ não có hai trung tâm, một cái thuộc về thính giác để nghe tiếng nói, cái kia về vận động cho việc tạo ra ngôn ngữ. Trung tâm tiếp thu hay nghe liên quan đến cái phần bí ẩn của tinh thần nơi mà ngôn ngữ được phát triển một cách vô thức, cùng với đôi tai. Cơ quan để nghe này được hoàn chỉnh trước khi sinh ra, và là một thứ đàn thụ cầm, với 64 dây, sắp đặt một cách tiệm tiến về chiều dài ở dạng một hình xoắn ốc, để tiết kiệm không gian. Không phải tất cả các âm thanh của vũ trụ đều được tiếp nhận bởi đôi tai, bởi chỉ có 64 dây, nhưng âm nhạc hầu như phức tạp có thể được chơi trên ấy; một ngôn ngữ, với tất cả sự biến thiên vi tế của nó về âm sắc và giọng đặc trưng có thể được nó truyền đi. Điểm kì lạ là, theo nhà tâm lý, giác quan phát triển chậm nhất lại là thính giác; đủ thứ âm thanh có thể vang lên quanh đứa trẻ mà không mảy may gây ra phản ứng nào. Nhưng đó là vì các trung tâm này trong não được thiết kế riêng cho ngôn ngữ, và toàn bộ cái cơ chế này chỉ hưởng ứng đối với tiếng nói, để cho đến khi đúng lúc, cái cơ chế của vận động sẽ được hình thành, để tái tạo các âm thanh mà nó đã tiếp thu. Nếu sự cô lập đặc biệt của các trung tâm này không xảy ra và chúng được để cho tự do tiếp nhận bất cứ âm thanh nào, đứa trẻ sinh ra ở nông trại chắc sẽ bị ấn tượng bởi các âm thanh nổi trội của đời sống ở trang trại, và chắc trẻ sẽ kêu be be, kêu ủn ỉn và kêu cục tác, và đứa trẻ sinh ra gần đường hỏa xa chắc sẽ lặp lại tiếng còi hụ và tiếng phun khói của tàu hỏa. Bởi chính tự nhiên đã tạo dựng và chuẩn bị các trung tâm này đặc biệt cho ngôn ngữ con người mà con người biết nói. Đã có những trường hợp của trẻ con người sói đã được chứng thực, các đứa con nhỏ của con người, vì lí do này hay lí do khác, đã bị bỏ rơi trong rừng già, và do những phương cách kì diệu nào đó đã tìm ra cách để sống sót. Những đứa trẻ này, mặc dù được bao quanh bởi đủ loại âm thanh của muôn thú và chim chóc, vẫn hoàn toàn điếc; chúng không hề nghe được tiếng nói của con người là cái duy nhất kích động cái cơ chế của tiếng nói. Nhân loại được phân biệt bởi cái năng lực này, không phải là sở hữu ngôn ngữ, mà là sở hữu cái cơ chế để sáng tạo ra một ngôn ngữ. Trong những nơi bí mật của bộ não, có một vị thần, một cái bản ngã đang ngủ, nó dường như được đánh thức bởi âm nhạc của giọng nói của con người, một lời gọi thần thánh, làm rung động các thớ sợi. Mọi tập thể con người đều yêu thích âm nhạc, sáng tạo âm nhạc và tiếng nói của chính họ, và họ hưởng ứng với âm nhạc của họ với các chuyển động của cơ thể; âm nhạc này tự gắn kết với lời, nhưng ngôn từ không tự nó có ý nghĩa cho đến khi sự đồng thuận của con người đặt để cái ý nghĩa cho chúng.

Vào lúc bốn tháng tuổi, - có người cho là sớm hơn - đứa trẻ cảm nhận rằng thứ âm nhạc kỳ bí này, đang bao quanh nó và làm cho nó cảm động một cách thật sâu sắc, phát ra từ miệng của một con người; từ một đôi môi cử động để tạo ra nó. Hãy xem cách một em bé đang nhìn đôi môi mãnh liệt như thế nào. Ý thức đã đang tham gia vào công việc, dù vận động đã được chuẩn bị một cách vô thức; nay mối quan tâm có ý thức xuất hiện, để khiến cho nó được sinh động và thực hiện một loạt những nghiên cứu hăng say và nhanh nhẹn. Như thế sau hai tháng quan sát cận cảnh, trẻ tạo ra các âm thanh của chính mình; bỗng nhiên nó có thể nói "Đa-đa-đa" hoặc "Mama-ma", nó phát ra các âm tiết một cách rõ ràng. Đến giai đoạn cuối của mười tháng tuổi, trẻ đã khám phá ra rằng tiếng nói không chỉ là âm nhạc để bắt chước càng giống càng tốt, mà là trong các âm nói ra với nó có mục đích nhất định. Nên cuối năm đầu tiên, hai chuyện đã xảy ra trong thâm sâu của vô thức, trẻ đã hiểu, và trên đỉnh cao của ý thức, trẻ đã tạo ra ngôn ngữ, dù chỉ là mới bập bẹ, chỉ lặp lại các âm và sự phối hợp của chúng. Rồi trẻ thốt ra những lời cố ý, dù vẫn bập bẹ, nhưng với ý nghĩa có ý thức.Bấy giờ, một sự tranh đấu to lớn của ý thức chống lại cái cơ chế của nó đã nảy sinh bên trong đứa trẻ. Đó là thời kỳ khi trí thông minh có nhiều ý tưởng, và trẻ biết người ta có thể hiểu, chỉ khi nào trẻ có ngôn ngữ để diễn đạt; đấy là mối thất vọng đầu tiên trong đời, khiến trẻ đến trường, trong tiềm thức, thôi thúc trẻ học tập. Chính động lực có ý thức khiến ngôn ngữ được hấp thụ một cách dồn dập, và người thầy nội tại của trẻ khiến bé đến với người lớn đang trò chuyện với nhau, mà không phải với nó. Động lực buộc trẻ tiếp nhận ngôn ngữ ở dạng chính xác và do không biết các nhu cầu thực sự của trẻ mà đa số người lớn chỉ nói "tiếng trẻ con" với trẻ, mà không giúp cho nó. Chúng ta phải ý thức là đứa trẻ có tri thức, và chúng ta có thể nói với nó đúng văn phạm và giúp nó phân tích câu văn. Đứa trẻ một hay hai tuổi có điều gì để kể mà nó nghĩ là rất cần thiết, và không thể tìm ra những từ nó muốn, nên nó trở nên rất bối rối, thậm chí giận dữ, và cả chuyện này bị quy cho là cái "tội tổ tông". Tội nghiệp con người bé nhỏ đang làm việc để trở nên độc lập! Bị hiểu lầm như thế! Giận dữ chỉ là cách biểu đạt duy nhất mà trẻ có nếu các phương thức đúng đắn đang bị thiếu thốn.

Đến khoảng năm một tuổi rưỡi, trẻ đã hiểu ra rằng mỗi vật có một tên gọi, nên, trong số các từ đã học, nay nó có thể chọn lọc các âm, đặc biệt là những cái cụ thể. Nó quan trọng đối với trẻ, bởi vì bấy giờ trẻ có thể hỏi xin cái nó muốn, và trẻ tóm gọn cả câu trong một chữ, nên người mẹ hay người thầy phải tìm hiểu với nhiều sự cảm thông để diễn dịch ra ý của nó, và đem lại sự bình thản cho một tâm hồn bị giày vò. Để minh họa bằng một ví dụ, một em bé người Tây Ban Nha được mẹ ẵm đi trong một cuộc pic-nic, sức nóng mùa hè khiến bà mẹ cởi áo choàng và khoác nó trên cánh tay. Đứa bé lập tức khó chịu, và khi không có ai hiểu được lời nó thốt ra "To palda" thì nó la hét dữ dội. Theo đề nghị của tôi, bà mẹ mặc áo khoác vào, đứa bé lắng dịu ngay, và bi bô vui vẻ. Những chữ bí ẩn là chữ tắt của "Palto" tiếng Tây Ban Nha có nghĩa là "áo khoác", và "Espalda" là "vai". Nên trong thực tế, ý thức về trật tự của đứa bé đã bị xúc phạm bởi cái vị trí sai của áo choàng trên cánh tay của bà mẹ. Lộn xộn như vậy là quá mức chịu đựng của nó!

Một ví dụ khác cho thấy một đứa bé một tuổi rưỡi có thể hiểu được bao nhiêu trong toàn bộ cuộc đối thoại. Có năm người đang thảo luận về giá trị của một câu chuyện dành cho trẻ thơ, và kết thúc cuộc trò chuyện của họ với nhận định rằng "mọi chuyện được kết thúc vui vẻ". Em bé nhất quyết không đồng ý, và nó bắt đầu khóc: "Lola, Lola!". Ngườ ta nghĩ rằng em bé đòi cô bảo mẫu, và đang gọi cô bằng tên nhưng điều đó không giúp được gì, và nó lại càng trở nên bồn chồn và giận dữ cho đến khi nắm được cuốn sách, và chỉ lên bìa sau có cái hình của một đứa trẻ đang khóc. Làm sao mà kết thúc vui vẻ được nếu còn một đứa bé đang khóc? Cái chữ "Lola" là do nó cố nói "Llora" trong tiếng Tây Ban Nha, và như vậy rõ ràng là đứa bé đã theo dõi toàn bộ cuộc trò chuyện một cách thông minh.

Phần nhiều do sự hiểu lầm của người lớn, sự bực bội cấu thành một phần của đòi sống của trẻ em. Sự thật là có một kho tàng nội tại đang tìm cách để biểu lộ và chỉ có thể làm như vậy giữa muôn vàn khó khăn, cả về môi trường lẫn những giới hạn của chính đứa trẻ. Có những đứa mạnh mẽ hơn những đứa khác, và có những đứa có được môi trường thuận lợi hơn và chúng tiến thẳng đến sự độc lập - con đường của sự phát triển bình thường - không có thoái lui. Tương tự trong cuộc chinh phục ngôn ngữ - một sự độc lập lớn hơn - kết thúc bằng sự tự do biểu đạt, nhưng cũng có những nguy hiểm song song về suy thoái. Hệ lụy của các rào cản ở thời điểm này sẽ mãi luôn tồn tại, bởi tất cả các ấn tượng vào thời kỳ này sẽ được ghi nhận vĩnh viễn. Người lớn thường khổ sở vì các khó khăn trong khi nói, từ sự ngập ngừng, thiếu can đảm cho đến nói lắp. Tất cả các khiếm khuyết này đã phát sinh khi các cơ chế của ngôn từ đang được tổ chức sắp xếp. Những suy thoái này xảy ra do sự nhạy cảm ở đứa trẻ, cũng như trẻ mẫn cảm đối với những gì giúp nó tạo ra, thì nó cũng mẫn cảm đối với những chướng ngại quá mạnh mẽ đối với nó, và sự nhạy cảm này sẽ luôn tồn tại với nó suốt phần còn lại của cuộc đời như một khuyết tật. Bất cứ hình thức bạo hành nào, về ngôn từ hay hành động, đều gây tổn hại không thể sửa chữa ở đứa trẻ, và một sự nhạy cảm chệch hướng khác do sự điềm nhiên và quyết tâm của người lớn nào đó kiềm chế các biểu lộ của trẻ. Các bà mẹ có khả năng để mướn kẻ được gọi là bảo mẫu đã được huấn luyện hẳn hoi cho những đứa con của mình thì phải đặc biệt lưu ý đến cái khuynh hướng này ở họ khi họ nói "Không được làm cái này", "Bé không được làm cái đó", mà hệ lụy là một hình thức chướng ngại trong ngôn từ rất phổ biến trong giới thượng lưu, là những kẻ không thiếu can đảm về mặt thể chất, nhưng lại ngập ngừng, e dè, hoặc khổ sở vì nói lắp.

Có nhiều sự sợ sệt vô nghĩa hay thói quen bồn chồn có thể thấy ở người lớn, nay có thể dò ra căn nguyên là từ một sự bạo hành nào đó đối với sự mẫn cảm của đứa trẻ; vì thế điều quan trọng đối với nhân loại là phải nghiên cứu sâu về thời kỳ này trong đời sống của đứa trẻ. Người giáo viên phải đi vào con đường khám phá này, cố gắng thâm nhập vào tâm thức của trẻ thơ, như các nhà tâm lý thâm nhập vào vô thức của người lớn. Ta cần một người phiên dịch đối với đứa trẻ và ngôn ngữ của nó, và về khả năng này, trải nghiệm của bản thân tôi cho thấy trẻ con hăng hái chạy đến với người phiên dịch của chúng, chúng nhận thức được đó là nơi chúng có thể tìm ra sự hỗ trợ. Nhiệt tình như thế hầu như hoàn toàn khác với lòng thương mến thường tình đáp trả bởi một đứa trẻ được nâng niu vuốt ve; kẻ phiên dịch là một niềm hy vọng lớn đối với đứa trẻ, họ mở ra cho trẻ cánh cửa mà người ta đã đóng lại. Một hỗ trợ viên như thế được chấp nhận vào mối quan hệ gần gũi với trẻ nhất, hơn cả sự trìu mến, bởi vì họ trao cho trẻ sự hỗ trợ chứ không đơn thuần là sự vỗ về, an ủi.

Chương 8

Vận động và vai trò của nó trong giáo dục

Vận động là lời kết và mục đích của hệ thần kinh; không có nó thì không có cá nhân. Hệ thần kinh, cùng với não bộ, các giác quan, dây thần kinh và các bắp cơ đưa con người vào mối tương quan với thế giới, khác với các hệ thống được tổ chức khác trong thân thể, chỉ hoàn toàn phục vụ cho cá thể vật lý, và do đó được gọi là các cơ quan của đời sống thực vật. Các hệ thực vật giúp con người vui hưởng sự thanh khiết và sức khỏe về mặt thể chất, nhưng hệ thần kinh có một mục đích cao hơn là một sự thanh khiết và nâng cao tương tự về mặt trí tuệ. Hành vi của thú vật không đơn thuần hướng đến vẻ đẹp và duyên dáng trong vận động, mà có một mục đích sâu xa hơn, là để giúp cho sự vận hành hiệu quả của thiên nhiên ở mức hoàn vũ; nên con người cũng có một mục đích, không chỉ để trở nên thuần khiết và tinh tế hơn kẻ khác, mà là để sử dụng các của cải tinh thần của mình, sự vĩ đại về cái đẹp của mình để phục vụ tha nhân. Các năng lực cần được biểu lộ, và như thế chúng hoàn tất cái vòng tương quan. Quan điểm này cần được chú trọng, không những trong thực tiễn của đời sống, mà còn trong giáo dục. Nếu chúng ta có một bộ não, các giác quan và các cơ quan vận động, chúng cần phải vận hành, và nếu mỗi thành phần không được vận dụng, chúng ta có thể không hiểu được chúng. Vận động là phần cuối hoàn thành vòng chu kỳ tư duy, và sự nâng cao về mặt tâm linh được đạt đến thông qua hành động hay lao động. Người ta thường nghĩ rằng các bắp cơ cần phải được sử dụng để giữ sức khỏe, nên để vận động, họ chơi tennis, hoặc đi dạo để dễ tiêu hóa và ngủ ngon hơn! Sai lầm này đã len lỏi vào trong giáo dục, và nó vô lí không khác gì biến một ông hoàng vĩ đại thành tên đầy tớ của một người chăn cừu. Hệ bắp cơ vương giả đã trở thành cái tay cầm để quay hầu cho các hệ thực vật được vận hành tốt hơn. Đây là một sai lầm lớn; đời sống vật lý bị hoàn toàn tách rời khỏi đời sống tinh thần nên các trò chơi phải được đưa vào chương trình học để đứa trẻ có thể phát triển về thể chất cũng như tinh thần. Đúng là đời sống tinh thần không có liên quan gì các thú giải trí về thể chất, nhưng chúng ta không thể tách rời cái gì thiên nhiên đã ghép lại với nhau. Bởi cân nhắc đến đời sống vật lý ở một bên này và đến đời sống tinh thần ở bên kia, chúng ta phá vỡ cái vòng tương quan, và các hành động của con người nói chung vẫn bị chia cách với trí não. Hành động ở con người hướng đến sự hỗ trợ việc ăn uống và thở, trong khi vận động phải làm đầy tớ cho toàn thể sự sống, và cho sự vận hành của thế giới về mặt tâm linh.

Điều cơ bản là các hành vi của con người phải được liên kết ở trung tâm - bộ não - và được đặt vào đúng vị trí của chúng. Trí óc và vận động là hai thành phần của một chu kỳ đơn nhất, và vận động là sự biểu hiện cao hơn. Nếu không, con người sẽ phát triển thành một khối cơ không não; một cái gì không ăn khớp, như một cái xương gãy là cả cái chi mất khả năng vận động. Điều thiết yếu cho nền giáo dục mới của chúng ta là sự phát triển về trí tuệ phải được liên kết với vận động và tùy thuộc vào nó. Không có vận động, sẽ không có tiến bộ và sức khỏe tâm thần. Chân lí của điều này không cần một sự lí giải hay minh chứng theo đúng quy cách nào; tính thuyết phục là do theo dõi thiên nhiên và quan sát các sự kiện của nó, và nhất là theo dõi sự phát triển của đứa trẻ. Quan sát khoa học cho thấy trí khôn được phát triển qua vận động, các thí nghiệm ở mọi nơi trên thế giới đã xác nhận rằng sự vận động giúp cho sự phát triển về tâm thần, và đến lượt nó, sự phát triển này tự biểu lộ qua nhiều vận động hơn nữa, nên có một chu kỳ, phải được hoàn tất, bởi vì trí não và vận động thuộc về cùng một thể thống nhất. Các giác quan cũng trợ giúp, bất cứ khiếm khuyết nào trong giác quan đều khiến cho đứa trẻ ít thông minh hơn.

Điều hợp lý là sự vận động phải là sự biểu đạt cao hơn của tinh thần, bởi các cơ đó lệ thuộc vào não bộ được gọi là hệ cơ tùy ý, được chuyển động bởi ý chí của cá nhân, và ý chí là năng lượng nguyên sơ mà nếu không có nó thì đời sống tinh thần không thể tồn tại. Các cơ cấu thành phần lớn nhất của cơ thể, tạo cho nó một hình thể. Có rất nhiều loại cơ, có cái mỏng manh và có cái đồ sộ, có cái ngắn và cái dài, và có những chức năng khác nhau. Có một điều lạ về cơ là nếu có một cơ vận hành theo một hướng riêng biệt nào đó thì lại có một cơ khác luôn luôn hoạt động ngược hướng và sự tinh luyện của vận động tùy thuộc vào sự đối kháng này. Cá thể không ý thức về sự đối kháng, nhưng đó là cách mà sự vận động diễn ra.

Ở thú vật, sự hoàn chỉnh của vận động được tự nhiên ban cho, và vẻ uyển chuyển duyên dáng của con hổ hay con sóc là do vô số đối kháng được đưa vào vận dụng để đạt được sự hài hòa đó. Ở con người, cơ chế này chưa có lúc mới sinh ra, nên phải được sáng tạo ra và điều này được thực hiện qua các kinh nghiệm thực tiễn đối với môi trường. Quan trọng không hẳn là do thực hiện nhiều vận động mà là do sự điều phối. Sự phối hợp này không bị cố định ở đứa con của con người, mà phải được sáng tạo và hoàn thiện thông qua tinh thần.

Một đặc điểm của con người là con người có thể làm được tất cả các động tác, và triển khai chúng hơn nhiều so với bất cứ động vật nào, nó biến một số động tác này ra thành chuyên biệt cho riêng con người. Con người có một kỹ năng phổ quát trong hành động, nhưng chỉ với một điều kiện là trước tiên phải tự làm ra bản thân, sáng tạo bằng ý chí dù ban đầu là vô thức, và rồi cố ý lặp lại các sự luyện tập để phối hợp hài hòa. Giàu có về tiềm năng, con người có thể chọn ra phần nào trong kho báu của mình để sử dụng. Một nhà thể thao không được phú cho một bộ cơ đặc biệt để giúp họ, hay một người khiêu vũ không được sinh ra với những cơ bắp tinh tế cho nghệ thuật của họ, họ đều phát triển chúng bằng ý chí. Do đó không có gì được thiết lập trước, mà mọi sự đều khả thi, dưới sự điều khiển của ý chí, và con người không phải ai cũng làm những việc giống nhau như đã diễn ra ở mỗi loài động vật. Mỗi người có con đường riêng để theo đuổi, và lao động là sự biểu đạt chính của đời sống tinh thần của họ. Những kẻ không lao động thật sự đang bị nguy hiểm suy yếu về tâm linh. Mặc dù có quá nhiều cơ để vận dụng hết tất cả, có một con số mà nếu thấp hơn số đó đời sống tinh thần sẽ bị đe dọa. Nhận thức được điều này đã khiến thể dục được đưa vào giáo dục, bởi có quá nhiều cơ đã bị bỏ qua không được sử dụng đến.

Đời sống tinh thần phải dùng đến nhiều cơ hơn, nhưng mục đích đằng sau việc sử dụng chúng phải không là vì tính thực dụng, như trong vài hình thức giáo dục hiện đại gọi là về kỹ thuật. Mục đích thật là con người hẳn có thể phát triển sự phối hợp các động tác cần thiết để làm cho khía cạnh thực tiễn của đời sống tinh thần của nó thêm phong phú. Nếu không, bộ não phải phát triển một bộ động tác để riêng một bên khỏi sự điều khiển tinh thần ở trung ương, và điều đó sẽ mang đến cách mạng và tai họa trên thế giới. Lao động có lẽ không đứng đầu trong nghệ thuật sống, nhưng tự tập trung bản thân đạt được qua vận động phải được triển khai do nhu cầu thiết yếu, và không có hạn chế nào đối với sự khai triển của nó.

Trong khi ở tất cả các động vật khác, bốn chi phát triển chung trong vận động, chỉ riêng ở con người chức năng của hai chân là gần như khác với chức năng của các cánh tay, và chúng phát triển khác nhau. Ta có thể nhận thấy rằng sự phát triển thành bước đi và giữ sự thăng bằng được cố định ở mọi con người, nên có lẽ được gọi là một sự kiện sinh học. Tất cả con người đều làm giống một chuyện với đôi chân của họ, nhưng không làm giống với đôi tay mà hoạt động không ai biết được các giới hạn của chúng. Dù chức năng của đôi chân có tính sinh học, nó được tiếp nối bởi sự phát triển bên trong của bộ não, với hệ quả là con người chỉ đi trên hai chi mà thôi, trong khi các động vật có vú khác dùng cả bốn chi. Một khi một con người đã đạt được cái nghệ thuật đi trên hai chân của nó, nó giữ trạng thái đứng trong thăng bằng, nhưng đây đã là một thành tựu khó khăn - một sự chinh phục đích thực, đòi hỏi việc đặt cả bàn chân lên mặt đất, chứ không riêng gì ngón chân như ở động vật. Rõ ràng là bàn tay không chịu sự điều khiển sinh học như thế, bởi các hành động của nó không bị cố định, mà nó có một sự nối kết tâm lý, để phát triển, nó không những tùy thuộc vào tinh thần của cá thể, mà còn tùy vào đời sống tinh thần của thời kỳ khác nhau trong thời gian và các nhóm chủng tộc khác nhau. Con người có đặc điểm tư duy và hành động với đôi tay của nó, và từ thời nguyên thuỷ, nó đã để lại những dấu tích của sự lao động của nó, thô thiển hay tinh tế tuỳ theo loại văn minh. Nhìn vào quá khứ mịt mù, khi cả xương khô cũng không còn dấu vết, chúng ta thu thập được một số kiến thức về những con người và thời đại của họ từ các tác phẩm nghệ thuật của họ; một nền văn minh được dựa trên sức mạnh đã để lại phía sau những khối đá khổng lồ khơi dậy sự thán phục của chúng ta, trong khi một nền văn minh khác cho thấy có sự tinh tế hơn. Bàn tay đã theo sự hướng dẫn của trí tuệ, tinh thần và cảm xúc, và đã để lại dấu vết của tất cả ở lại phía sau con người, trong các bước phiêu lãng của nó. Ngoại trừ quan điểm về tâm lý học, tất cả thay đổi trong môi trường của con người đã được thực hiện bởi bàn tay của con người. Đó là vì đôi tay đã đồng hành với cái trí tuệ mà nền văn minh đã tạo nên, nên ta cũng có thể nói rằng bàn tay là cơ quan của cái kho tàng vô tận đã được ban cho con người.

Ngẫu nhiên thay, thuật bói tay cổ xưa được căn cứ trên sự công nhận rằng bàn tay là một cơ quan của tinh thần; các tín đồ của nó khẳng định rằng cả lịch sử của con người được viết trên lòng bàn tay của họ. Do đó nghiên cứu về sự phát triển của tinh thần của đứa trẻ phải được liên kết chặt chẽ với nghiên cứu về sự phát triển của bàn tay. Chắc chắn là trí khôn của đứa trẻ sẽ đạt đến một trình độ nào đó mà không cần sử dụng đến đôi tay, nhưng với bàn tay một trình độ cao hơn nữa được đạt tới và đứa trẻ nào đã sử dụng đôi bàn tay của mình chắc chắn có một cá tính mạnh mẽ hơn. Nếu vì áp lực của hoàn cảnh, trẻ không thể dùng đôi tay của nó thì trẻ sẽ có một cá tính thuộc loại kém, không có khả năng vâng lời tuân thủ hay tháo vát chủ động, nó biếng nhát và buồn bã, trong khi đứa trẻ có thể làm việc với đôi tay của nó bộc lộ một cá tính vững vàng. Có một điểm thú vị về nền văn minh Ai Cập trong thời kỳ khi mà các tác phẩm thủ công là rực rỡ nhất trong các lĩnh vực nghệ thuật, sức mạnh và tôn giáo, lời khen ngợi lớn nhất, dành cho bất cứ kẻ nào, trong những dòng chữ khắc trên các ngôi mộ rằng người đó là một con người có cá tính.

Điều rõ ràng trong nghiên cứu ngôn ngữ là ngôn từ được liên kết đặc biệt với thính giác; tương tự, sự phát triển của vận động được nhìn nhận là đã được nối kết với thị giác. Bước đầu tiên trong vận động là nắm bắt hay cầm nắm; ngay lúc bàn tay vừa nắm lấy cái gì đó, ý thức được hướng về bàn tay, và sự cầm nắm được phát triển, cái ban đầu là do bản năng nay trở thành một thao tác có ý thức. Lúc 6 tháng tuổi, nó trở thành hoàn toàn có chủ ý. Lúc 10 tháng, sự quan sát môi trường đã đánh thức sự quan tâm ở đứa trẻ và nó muốn nắm giữ mọi thứ, nên cầm nắm bấy giờ được kèm theo với ước muốn. Trẻ bắt đầu vận dụng bàn tay bằng cách thay đổi vị trí của các vật xung quanh nó, mở và đóng các cánh cửa, kéo các ngăn tủ, đậy các nút chai, và v.v. Qua các luyện tập này, trẻ có được khả năng. Vào thời kỳ này, đối với các chi khác, cả trí khôn hay ý thức không tham gia vào, mặc dù tiểu não điều khiển sự thăng bằng, đang phát triển nhanh. Môi trường không liên quan gì tới nó, tiểu não ra lệnh, và đứa trẻ, với sự gắng sức và trợ giúp, trẻ ngồi dậy và rồi tự đứng lên. Thoạt tiên, đứa trẻ lật sấp mình và di chuyển trên bốn chi, và nếu trong giai đoạn bò này, một người lớn cho trẻ sự trợ giúp bằng hai ngón tay để nó nắm, trẻ sẽ đưa một chân ra phía trước chân kia để đứng dậy nhưng chỉ trên các ngón chân thôi. Cuối cùng khi đã tự đứng một mình, trẻ đặt cả bàn chân trên mặt đất, và có thể bước đi bằng cách nắm lấy vạt áo của mẹ nó; sau đó trẻ sẽ sớm có thể tự mình bước đi, và thích thú trong sự độc lập mới này. Bây giờ, nếu người lớn tiếp tục giúp nó, đó sẽ là một chướng ngại trên con đường phát triển của trẻ. Chúng ta không nên giúp đứa trẻ bước đi, và nếu bàn tay nó muốn làm việc, chúng ta phải cho trẻ động lực để hoạt động, và để cho nó tiến hành những cuộc chinh phục lớn hơn về sự tự lập.

Một nhân tố quan trọng và dễ thấy vào lúc trẻ một tuổi rưỡi là sức mạnh ở cả đôi tay và chân, và, hệ quả là khi làm bất cứ điều gì, đứa trẻ có sự thôi thúc phải cố gắng tối đa. Sự thăng bằng và sử dụng đôi tay do đó đã phát triển riêng lẻ, nhưng bây giờ chúng đã tiếp xúc với nhau, và đứa trẻ thích đi bộ và mang một khối lượng, hầu như thường không tương xứng với kích thước cơ thể của nó. Bàn tay đã học nắm lấy phải tự vận dụng bằng cách mang cái gì nặng. Nên ta có thể thấy đứa trẻ ở lứa tuổi đó mang một bình nước lớn, đang điều chỉnh thăng bằng của nó và bước đi chậm rãi. Nó cũng có khuynh hướng thách đố định luật về trọng lượng; không bằng lòng với việc đi bộ, trẻ phải leo trèo, bằng cách nắm lấy cái gì đó và tự kéo mình lên. Tiếp theo đó là giai đoạn bắt chước, khi đứa trẻ được tự do hành động, nó sẽ thích làm những việc mà người lớn xung quanh nó đang làm. Nên ta đã thấy cái logic của sự phát triển tự nhiên: trước hết, đứa trẻ chuẩn bị các công cụ của nó, là chân và tay, rồi nó gia tăng sức mạnh bằng cách luyện tập, kế đến nó xem người khác đang làm gì, và sẵn sàng bắt chước làm việc, tự thích nghi để sống và tự do.

Trong giai đoạn hoạt động này của nó, đứa trẻ là một người đi bộ tốt, cần đi dạo lâu, nhưng nếu người lớn cứ nằng nặc ẵm nó, hay đặt nó vào một chiếc xe đẩy thì đứa trẻ đáng thương chỉ có thể đi bộ trong tưởng tượng. Trẻ không thể bước đi, người ta ẵm nó; trẻ không thể làm việc - họ làm tất cho nó! Ở ngưỡng cửa cuộc đời, người lớn chúng ta đã cho trẻ một cái mặc cảm tự ti.

Chương 9

Hành động bắt chước và các chu kỳ hoạt động

Trẻ một tuổi rưỡi đã trở thành mối quan tâm lớn cho các nhà tâm lý, cũng như là trọng tâm quan trọng nhất trong giáo dục. Về mặt sinh học, tuổi này là điểm nơi có sự phối hợp giữa sự chuẩn bị của các chi trên và các chi dưới, và về mặt tâm lý đứa trẻ đang ở trước ngưỡng bộc lộ tính con người viên mãn của nó, vì vào lúc hai tuổi nó sẽ hoàn thiện bản thân với sự bùng nổ về ngôn ngữ, và nó đang cố gắng để bộc lộ cái đang ở bên trong bản thân nó.

Một điều đã được công nhận là tuổi này là một tuổi của nỗ lực tối đa, cần được hỗ trợ, và hơn nữa trẻ em cho thấy bản năng bắt chước. Người ta đã luôn luôn cho rằng trẻ em hay bắt chước, nhưng đây là một câu nói hời hợt, đòi hỏi phụ huynh và thầy cô phải làm gương tốt cho mấy đứa nhỏ noi theo. Hệ quả không hoàn toàn tốt đẹp, bởi mọi người nghĩ rằng họ phải là những tấm gương của sự hoàn hảo, nhưng lại tự biết rằng còn lâu mình mới được như vậy. Chúng ta đã muốn có một nhân loại hoàn hảo, chúng ta nghĩ rằng nhân loại phải trở nên hoàn hảo bằng cách bắt chước chúng ta, nhưng chúng ta bất toàn, cho nên có một sự bế tắc vô vọng. Nhưng thiên nhiên đã không đi theo một cách lí luận như thế. Cái quan trọng là đứa trẻ phải được chuẩn bị để bắt chước theo, và chính sự chuẩn bị này mới là quan trọng, tùy thuộc vào nỗ lực của đứa trẻ. Nỗ lực không phải trong sự bắt chước, mà là trong sự sáng tạo ngay bên trong tinh thần của khả năng để bắt chước, của sự tự biến đổi bản thân thành cái mình ao ước. Một đứa trẻ không thể biến thành một người nghệ sĩ chơi đàn chỉ bằng cách bắt chước, mà nó phải chuẩn bị đôi bàn tay của nó để đạt được sự linh hoạt cần thiết; và ở một bình diện cao hơn, kể những mẩu chuyện về anh hùng hay thánh nhân sẽ không làm đứa trẻ thành anh hùng hay thánh thiện, cho đến khi tinh thần của trẻ đã được chuẩn bị. Sự bắt chước có thể cung cấp cảm hứng và quan tâm, nhưng phải có một sự chuẩn bị để thực hiện điều này. Thiên nhiên không chỉ trao cho bản năng bắt chước, mà là cái nỗ lực trong bản thân để biến đổi thành bất cứ cái gì gương mẫu đã chứng minh; và do đó các nhà giáo dục đó, kẻ tin vào việc trợ giúp sự sống phải tìm hiểu xem họ có thể hỗ trợ các nỗ lực này như thế nào.

Trẻ con ở tuổi đó hăm hở thực hiện một công việc nào đó, có thể là một việc vô lý đối với suy nghĩ theo lý luận của người lớn, nhưng điều này không nghĩa lý gì; nó phải thực hiện hoạt động này cho đến cùng. Có một sự thôi thúc thiết yếu cho sự sống, hướng tới sự hoàn tất hành động, và nếu chu kỳ của thôi thúc này bị gián đoạn, nó bộc lộ qua các sự lệch lạc chệch khỏi tính bình thường và sự thiếu vắng mục đích. Chu kỳ hoạt động này, vốn là một sự chuẩn bị gián tiếp cho đời sống tương lai, nay lại được gán cho một tầm quan trọng lớn lao. Thông qua cả cuộc sống mà con người gián tiếp chuẩn bị cho tương lai, và người ta nhận thấy rằng những người đã thực hiện được một điều gì vĩ đại cũng là những kẻ đã từng làm một công việc gì đó, vào một thời kỳ trước đó, không nhất thiết là trong cùng một lĩnh vực với cái công trình cuối cùng sau này, nhưng theo một cách nào đó, họ đã có một sự cố gắng mãnh liệt vốn mang lại sự chuẩn bị tinh thần cần thiết, và một nỗ lực như thế cần được phát triển hoàn toàn - cái chu kỳ này phải được hoàn tất. Do đó, người lớn không nên can thiệp để làm ngừng bất cứ sinh hoạt nào của trẻ dù có vô lí đến đâu, nếu nó không quá nguy hiểm đến tính mạng! Đứa trẻ phải xúc tiến chu kỳ sinh hoạt của chính nó.

Hoạt động này mang nhiều hình thái thú vị: một là mang lấy những trọng lượng vượt xa sức lực của chúng; không vì lí do cụ thể nào. Có lần khi ở nhà một người bạn, tôi đã thấy một em bé khó nhọc mang từng chiếc ghế đẩu nặng nề đi từ bên này sang bên kia của căn phòng. Trẻ con ở lứa tuổi này sẽ tiếp tục mang đồ đi tới đi lui cho đến khi chúng thấm mệt. Phản ứng thông thường của người lớn là thấy tội nghiệp cho sự yếu ớt đứa trẻ, họ đến giúp nó và lấy vật nặng khỏi tay nó; nhưng các nhà tâm lý đã nhìn nhận rằng làm gián đoạn một chu kỳ hoạt động mà trẻ đã chọn là một trong những sự đàn áp lớn nhất ở tuổi này, dẫn đến những khó khăn về sau. Một việc gắng sức được ưa thích khác nữa của trẻ là leo cầu thang, nhưng không phải để lên tới tầng cao hơn, vì khi lên tới đỉnh, nó phải trở xuống khởi điểm để hoàn tất chu kỳ. Tôi đã thấy một đứa trẻ trèo lên một cầu thang rất dốc; mỗi bậc bằng nửa chiều cao của nó, và nó phải dùng cả hai tay để tự nâng thân lên, rồi khoanh tròn chân một cách khó khăn, nhưng nó có quyết tâm để lên tới 45 bậc. Lúc ấy nó nhìn lại để xem cái mình đã đạt được, rồi mất thăng bằng và té nhào trở lại xuống dưới. Các bậc thang được phủ thảm dầy, nên nó không hề hấn gì, và khi đã té xuống tới bậc cuối, nó lại đối diện với chúng tôi trong phòng. Chúng tôi nghĩ chắc nó sẽ khóc, nhưng ngược lại, nó cười với vẻ hài lòng, như để nói rằng "Đi lên thì khó mà đi xuống thì dễ!".

Đôi khi những cố gắng này có ý nghĩa về mặt tập trung chú ý và sự phối hợp vận động tinh tế hơn là về mặt sức lực. Một đứa trẻ một tuổi rưỡi được tự do đi quanh quẩn quanh nhà, nó đến phòng giặt ủi, nơi 12 cái khăn tay được xếp thành chồng, được ủi phẳng phiu và chờ được đem cất. Đứa trẻ cầm lấy cái khăn trên cùng bằng cả hai tay, thích thú khi thấy nó rời khỏi chồng khăn, rồi đi dọc theo hành lang, và cẩn thận đặt nó xuống sàn nhà ở một góc xa nhất. Làm việc này xong, đứa trẻ lại trở lại để lấy cái khăn khác, và lặp lại hành động này cho đến khi hết 12 cái khăn, mỗi lần như thế nó lại tự nói: "Một". Sau khi đứa trẻ đã đặt tất cả khăn ở nơi đã chọn, chúng tôi nghĩ đến đấy là nó chấm dứt hành động này, nhưng không! Ngay khi cái khăn cuối cùng được đặt ở trong góc, bé lại bắt đầu mang chúng trở về chỗ ban đầu, cũng vẫn đem từng cái một, và nói "Một" cho từng cái. Sự chú ý của đứa trẻ thật là kì diệu, và trên gương mặt của nó biểu lộ sự vui thích lúc nó quay đi, tiếp tục công việc riêng của mình.

Vào lúc hai tuổi, đứa trẻ có nhu cầu đi bộ mà đa số các nhà tâm lý không để ý xét đến. Trẻ có thể đi bộ cả một hay hai dặm, và nếu đi lên đồi thì lại càng tốt hơn, vì trẻ thích đi lên; những điểm khó đi trong chuyến dạo chơi là những chỗ thú vị. Nhưng người lớn phải hiểu ra ý nghĩa của việc đi bộ đối với đứa trẻ. Người lớn có ý cho rằng trẻ không thể đi bộ vì họ mong đợi trẻ phải đi theo nhịp độ của họ, và khi nó không thể đi kịp do chân ngắn thì họ bế nó lên và ẵm nó để đi đến mục tiêu nhanh hơn. Nhưng đứa trẻ không muốn đi tới đâu cả; nó chỉ muốn đi bộ, và để thực sự giúp nó, người lớn phải đi theo đứa trẻ, và không mong chờ nó phải theo kịp. Nhu cầu đi theo đứa trẻ được chứng minh rõ ràng ở đây, nhưng thực sự đó là quy luật cho mọi khía cạnh của giáo dục ở mọi lĩnh vực. Đứa trẻ có những quy luật riêng của mình về tăng trưởng, và nếu chúng ta muốn giúp nó lớn lên, chúng ta phải đi theo thay vì tự áp đặt ý của mình lên nó. Đứa trẻ bước đi với đôi mắt của nó cũng như với đôi chân của nó, và chính những điều thú vị trong cuộc đi dạo thúc đẩy nó đi tới. Trẻ đi cho tới khi nó thấy một con cừu đang ăn; nó bị lôi cuốn và ngồi xuống một bên để nhìn. Thỏa mãn với trải nghiệm này, trẻ tiếp tục đi và nhìn thấy một bông hoa, nó ngồi xuống bên cạnh để ngửi; xa xa một chút, trẻ ngạc nhiên vì một cái cây, trẻ tiến lại và đi vòng vòng quanh nó bốn năm lần trước khi tiếp tục đi. Theo cách này, trẻ có thể đi hết nhiều dặm đường, với nhiều chặng nghỉ chân và có nhiều khám phá thú vị, và nếu có gì khó khăn trên đường, như một hòn đá để leo hay nước để vượt qua, thì niềm hạnh phúc của trẻ được đong đầy. Nước là một sự hấp dẫn chính, và đôi lúc, trẻ sẽ ngồi xuống và nói: "Nước", với sự thích thú, trong khi người lớn có lẽ hầu như không thấy một dòng nước tí xíu đang rơi xuống từng giọt. Nên trẻ có một ý tưởng về chuyện đi bộ khác với ý của người bảo mẫu, người chỉ muốn đến một chỗ nào đó càng nhanh càng tốt. Người bảo mẫu đem trẻ đến một công viên để đi dạo, hay cho trẻ hít thở không khí trong chiếc xe đẩy, với mui che giương cao để trẻ không thể thấy được nhiều thứ.

Giáo dục phải xem người đi bộ bước đi như một nhà thám hiểm; tất cả trẻ em phải đi bộ theo kiểu này, được hướng dẫn bởi sự hấp dẫn, và ở đây giáo dục có thể giúp đứa trẻ bằng cách giới thiệu cho trẻ các màu sắc, các dạng và các thể lá cây, các thói quen của côn trùng, thú vật và chim chóc. Tất cả điều này cung cấp mục tiêu chú ý cho trẻ khi nó đi ra ngoài, và trẻ càng học được bao nhiêu thì càng đi bộ bấy nhiêu. Tự đi bộ là một sự tập luyện đầy đủ; không cần những gắng sức thể dục khác, vì chỉ riêng điều này khiến đứa trẻ thở và tiêu hóa tốt hơn là những ưu điểm mong đợi từ các bộ môn thể thao. Vẻ đẹp của cơ thể được tạo nên do đi bộ và nếu đứa trẻ tìm được cái gì thú vị để nhặt lên và phân loại, hay một cái mương để đào, gỗ để gom về đốt lửa, thì các hành động này kèm theo việc đi bộ sẽ làm cho bài tập được đầy đủ.

Điều này phải là một phần của giáo dục, đặc biệt ngày nay, khi mọi người ít đi bộ mà lại hay dùng xe, nên sẽ có khuynh hướng bị tê liệt và biếng nhác. Sự sống không thể cắt ra làm đôi, vận động tứ chi cho thể thao, và kế đến vận động trí óc để đọc. Sự sống là một tổng thể, nhất là lúc tuổi còn thơ khi đứa trẻ đang tự kiến tạo bản thân.

Thật khó mà tìm ra những người sẽ không gây gián đoạn, mà sẽ thấu hiểu và tôn trọng sự độc lập của đứa trẻ để nó đi theo các đường lối tự nhiên về tăng trưởng, cho nên các nhà tâm lý đòi hỏi những nơi mà đứa trẻ có thể làm việc, từ đó làm hình thành các trường học cho trẻ rất nhỏ tuổi, kể cả những trẻ một tuổi rưỡi. Nhiều thứ được cung cấp ở các trường này, như nhà ở trên cây, với thang để đi lên đi xuống. Ngôi nhà tí xíu không phải để ở, mà để cung cấp một trọng tâm cho hoạt động leo trèo. Có một sự nhìn nhận rằng không nên bắt đầu giáo dục ở tuổi quá sớm, nếu chúng ta muốn con người là một công dân xứng đáng trong một nền dân chủ tự do. Làm sao chúng ta có thể nói đến Dân chủ hay Tự do khi ngay từ lúc khởi đầu của cuộc đời chúng ta đã khuôn đúc đứa trẻ khiến nó trải qua sự hà khắc, để tuân phục một kẻ độc tài? Làm sao chúng ta có thể mong đợi có Dân chủ khi chúng ta nuôi dưỡng những kẻ nô lệ? Tự do đích thực bắt đầu từ lúc khởi sự cuộc đời, không phải ở giai đoạn làm người lớn. Những con người này đã bị cắt giảm năng lực, bị biến thành thiển cận, mất sinh lực bởi sự mệt mỏi về tâm thần, với cơ thể đã trở nên méo mó, với ý chí đã bị bẻ gãy bởi người lớn là những kẻ đã nói: "Ý chí của ngươi phải tan biến mất và ý chí của ta phải thắng thế!" - làm sao chúng ta lại có thể mong đợi rằng, khi cuộc sống học đường đã kết thúc, họ sẽ chấp nhận và sử dụng được các quyền tự do?

Chương 10
Trẻ ba tuổi

Tự nhiên dường như đã đặt ra một đường phân cắt giữa các thời kỳ phụ trước và sau ba tuổi. Thời kỳ trước đó, mặc dù có tính sáng tạo và đầy các biến cố quan trọng trở thành thời kỳ bị lãng quên, tương tự thời kỳ phôi thai trước khi thể chất được sinh ra, bởi chỉ khi đến ba tuổi, ý thức và trí nhớ mới bắt đầu. Trong giai đoạn phôi thai về tinh thần có những sự phát triển xuất hiện đơn lẻ và độc lập, như ngôn ngữ, vận động và sự điều phối của các chi, và vài phát triển về giác quan, cũng như các cơ quan hiện ra từng cái một trong phôi thai thể chất trước khi sinh ra; nhưng con người ta không nhớ gì về cả hai thời kỳ này. Điều đó là do chưa có sự thống nhất về cá tính, sự thống nhất như vậy chỉ có thể có được với những thành phần hoàn chỉnh.

Sự sáng tạo vô thức và có ý thức này, đứa trẻ đã bị bỏ quên này, dường như đã bị xóa mất khỏi con người, và đứa trẻ đến với chúng ta lúc ba tuổi dường như là một sinh linh khó hiểu; sự giao tiếp giữa nó và chúng ta đã bị tự nhiên lấy mất đi, nên hoặc là chúng ta phải biết tất cả cái gì đã xảy ra trong thời kỳ sớm hơn này, hoặc phải biết chính cái thiên nhiên thì chúng ta mới không vô ý phá hủy những gì nó có thể xây dựng nên. Con người đã từ bỏ đường lối sống tự nhiên để đổi sang con đường tác hại của văn minh, và do nhân loại văn minh đã chỉ cung cấp sự bảo vệ cho phần thể chất chứ không cho phần tinh thần của con người nên hệ lụy đối với đứa trẻ đó là một nhà tù - một môi trường đầy rào cản.

Đứa trẻ hoàn toàn do người lớn chăm sóc, và, trừ phi được soi sáng bởi sự khôn ngoan của thiên nhiên hay khoa học, họ sẽ thể hiện những chướng ngại lớn nhất trong đời sống của đứa trẻ. Đứa trẻ 3 tuổi phải phát triển bằng cách thử nghiệm trên môi trường, bằng cách sử dụng những gì nó đã sáng tạo trong các năm trước. Trẻ đã quên đi các sự việc của những năm ấy, nhưng các khả năng mà nó đã tạo ra lúc ấy nay trồi lên trên bề mặt của ý thức, thông qua các trải nghiệm được thực hiện một cách có ý thức.

Bàn tay, điều khiển bởi trí thông minh, làm một loại lao động khi nó thực hiện cái ý chí của tinh thần. Tựa như đứa trẻ, trước đó đã cảm nhận thế giới thông qua trí khôn của nó, nay nó nhận lấy thế giới với đôi tay của mình. Trẻ muốn hoàn thiện những gì nó đã thủ đắc trước đó, như ngôn ngữ; nó đã hoàn chỉnh trong phát triển của nó, nhưng nó càng thêm phong phú trong vòng bốn năm rưỡi nữa. Trí tuệ vẫn còn giữ lại cái năng lực phôi thai có thể hấp thụ không mệt mỏi, nhưng nay chính bàn tay đã trở thành cơ quan trực tiếp của sự nắm bắt về mặt tri thức, và đứa trẻ phát triển bằng cách lao động với đôi tay thay vì đi lông bông. Đứa trẻ ở tuổi này luôn luôn làm việc; hạnh phúc và lòng nhẹ nhàng nếu luôn luôn bận bịu với đôi tay. Người lớn gọi đó là tuổi được ban phúc để chơi, và xã hội đã tạo ra đồ chơi tương ứng với các sinh hoạt của trẻ. Thay vì là những phương tiện để phát triển trí tuệ của trẻ, người ta cho đứa trẻ những món đồ chơi vô dụng. Trẻ muốn sờ vào mọi thứ, và họ lại cho nó chạm vào vài món và cấm đoán những thứ khác; thứ duy nhất có thực mà họ cho nó đụng vào là cát, và ở những nơi không có cát thì người có lòng đồng cảm sẽ mang cát đến cho con nhà giàu. Nước cũng có thể được phép chơi, nhưng không được chơi nhiều, vì khi trẻ bị ướt hoặc nước và cát làm vấy bẩn thì người lớn sẽ phải chùi rửa! Khi trẻ đã chán chơi cát, họ cho nó những mẫu nhỏ của những thứ người lớn dùng, nhà cửa và bếp, đàn dương cầm đồ chơi tí hon, nhưng những món như vậy không thể thực sự dùng được. Họ nhìn nhận rằng đứa trẻ muốn bắt chước họ trong việc họ làm, nhưng để đáp ứng họ cho nó những thứ mà nó không thể dùng để làm gì được. Đó là một sự chế nhạo! Họ cho đứa trẻ cô độc một sự nhạo báng về hình người, một con búp bê, và con búp bê có lẽ trở thành có thực đối với nó hơn là người cha hay mẹ của nó; nhưng búp bê đâu có thể trả lời nó hay hưởng ứng lại tình yêu của nó, nên đó là một vật thay thế xã hội không làm cho trẻ thỏa mãn.

Đồ chơi đã trở nên quan trọng đến nỗi người ta nghĩ nó là một sự hỗ trợ cho trí khôn; chắc chắn nó tốt hơn là không có gì cả, nhưng rõ ràng là đứa trẻ nhanh chóng chán món đồ chơi và muốn món mới hơn. Trẻ háo hức đập vỡ nó, và người ta cho rằng nó thích thú trong việc tháo bung các món đồ ra từng mảnh và thích phá hoại; nhưng đây là một đặc điểm đã phát triển một cách giả tạo, do trẻ không có những món đúng đắn để vận dụng. Trẻ con không quan tâm nhiều đến những vật này bởi vì chúng không có gì là thực tế. Nên trẻ con trở nên uể oải, thiếu chú ý và không thể phát triển bình thường, cho tới khi nhân cách hoàn toàn bị méo mó. Đứa trẻ ở tuổi này thực sự và có ý cố gắng hoàn thiện bản thân bằng cách bắt chước những người lớn hơn nó trong tất cả các trải nghiệm ở đời; người ta từ chối cho nó cơ hội, trẻ thành ra méo mó dị dạng.

Đây đặc biệt là thảm trạng của đứa trẻ thời đại văn minh cao; trong những cộng đồng xã hội đơn giản hơn, đứa trẻ thông thường bình thản và hạnh phúc hơn, tự do sử dụng những vật quanh nó, không đến nỗi quý giá, để cầm nắm mà không sợ xảy ra tai nạn. Nếu mẹ rửa ráy hay nướng bánh, trẻ cũng làm vậy, nếu nó có thể tìm ra những vật thích hợp, và như thế nó tự chuẩn bị bản thân cho cuộc sống.

Thực tế này không còn có thể nghi ngờ được; đứa trẻ 3 tuổi phải vận dụng những món đồ để thực hiện những mục đích của chính nó. Khi các món đồ chế ra cho trẻ được làm cùng tỷ lệ với kích cỡ của nó, trẻ có thể sinh hoạt với chúng như người lớn, cá tính của trẻ dường như thay đổi, và nó trở nên bình thản và hài lòng. Trẻ không cần những thứ không có mặt trong môi trường thường ngày của nó, nhưng công việc của trẻ là để tự thích nghi với cái thế giới người lớn của nó, và mục đích của tự nhiên là mang đến niềm vui trong việc hoàn tất những điều đặc biệt. Nên đường lối mới là cung cấp những mẫu mực hoạt động với những vật được chế tạo thích hợp cho sức lực và kích cỡ của trẻ em, và như người ta thường lao động ở nhà hay ở trang trại, trẻ em phải có ngôi nhà và đất đai riêng của chúng. Không phải những món đồ chơi cho trẻ em, mà là nhà cho chúng; không phải đồ chơi cho chúng mà là đất đai ở đó chúng có thể lao động với những dụng cụ nhỏ; không phải búp bê cho trẻ em, mà là những đứa trẻ khác, có thực và một đời sống xã hội trong đó các em có thể hành động cho chính mình. Những điều này là những cái mà thời nay thay thế cho những đồ chơi trong quá khứ.

Một khi rào cản này đã bị phá vỡ, cái ác của cái không thực bị xé đi và bỏ sang một bên và đứa trẻ được trao cho những vật đích thực, phản ứng đầu tiên của trẻ không hẳn là cái chúng ta đã nghĩ ra. Đứa trẻ bộc lộ một nhân cách khác, khẳng định sự tự lập của mình và từ chối được giúp đỡ. Trẻ làm các bà mẹ, bảo mẫu và thầy cô phải ngạc nhiên khi nó cho thấy rõ ràng là nó muốn được để yên một mình, và họ chỉ nên là những quan sát viên trong môi trường này, nơi đứa trẻ đã trở thành chủ nhân.

Bây giờ đối với những kinh nghiệm trước đó của tôi, những sự kiện mà chúng tôi thật may mắn đã chứng kiến ở Roma trong nhiều năm trước chắc đã không xảy ra trừ những tình huống đặc biệt. Nếu một Ngôi Nhà của Trẻ Thơ được tổ chức ở một khu vực giàu sang của New York, chắc hẳn sẽ không có gì đáng ghi nhận xảy ra, cũng như không có gì xảy ra ở nhiều trường học được chu cấp rộng rãi. Không phải chỉ riêng việc thiếu đồ vật để vận dụng là quan trọng mà còn có những điều khác đã gây ra sự khuất tất. Các tình huống có lợi cho trải nghiệm đầu tiên xảy ra, gồm ba điều chính:

1. Sự nghèo khó tột độ và một điều kiện xã hội với rất nhiều khó khăn. Đứa trẻ rất nghèo có thể khốn khổ về thể chất vì thiếu ăn, nhưng nó lại ở trong những điều kiện tự nhiên, cho nên nó có một kho báu nội tại.

2. Phụ huynh của các trẻ này không có học, nên không thể cho chúng sự trợ giúp thiếu khôn ngoan.

3. Các giáo viên không phải là các giáo viên chuyên nghiệp, nên họ được tự do khỏi những thành kiến sư phạm phát sinh từ sự huấn luyện đào tạo theo đường lối thông thường. Ở Mỹ, các thí nghiệm không bao giờ thành công bởi vì họ tìm những giáo viên giỏi nhất, và một giáo viên giỏi có nghĩa là người đã học tất cả những thứ không giúp ích gì được cho trẻ thơ, và có đầu óc đầy ắp những ý tưởng đi ngược lại sự tự do của trẻ. Sự áp đặt của giáo viên lên đứa trẻ chỉ có thể gây cản trở cho nó. Ta phải đón nhận những con người đơn sơ, và dùng họ, và về mặt nghèo khó, ta không cần phải áp đặt nhưng không nên sợ nó, bởi nó là một điều kiện mang nhiều tính chất tâm linh. Nếu muốn có một thí nghiệm dễ dãi, chắc chắn sẽ thành công, chúng ta nên làm việc với các trẻ em nghèo, trao cho các em một môi trường mà chúng không có. Một vật được dựng lên một cách khoa học được trẻ đón nhận với sự thích thú nhiệt tình bởi đứa trẻ không có gì hết, và nó đánh thức sự tập trung của trí tuệ ở đứa trẻ của nó. 40 năm về trước, sự kiện này gây ra sự ngạc nhiên lớn, do nó chưa hề được thấy ở trẻ 3 tuổi.

Vậy mà tập trung chú ý là một thao tác cơ bản, nắm bắt môi trường trong từng cái một, khám phá mọi vật và lưu lại với nó. Dưới những điều kiện thông thường không thỏa đáng, đứa trẻ chuyển từ món này qua món khác, không tập trung vào cái gì cả, nhưng chúng tôi đã chứng minh rằng tính không kiên định như thế không phải là cá tính đích thực của đứa trẻ.

Ta phải nhớ rằng trong đứa trẻ 3 tuổi có một người thầy nội tại vẫn đang hoạt động hướng dẫn trẻ mà không hề sai lạc, và khi nói đến đứa trẻ tự do, chúng tôi muốn nói đến đứa trẻ đi theo sự hướng dẫn của cái tự nhiên đầy quyền năng đó bên trong đứa trẻ. Đứa trẻ được tự nhiên dẫn dắt đi vào tất cả những chi tiết của một nhiệm vụ đã nhận lãnh, ví dụ, quét bụi mặt bàn, các cạnh bàn, chân bàn, mặt trong bàn và ngay cả những vết nứt của một cái bàn, trong khi ta chỉ đòi hỏi nó lau sạch mặt bàn. Khi được tự do và không bị gián đoạn bởi giáo viên, nó toàn tâm tập trung vào công việc của nó. Quá nhiều giáo viên có thói liên tục làm gián đoạn và liên tục chỉ bảo, nên với đứa trẻ phát triển hồn nhiên, sống dưới sự hướng dẫn của tự nhiên thì không thể tiếp tục với một giáo viên cứ giảng dạy. Người giáo viên nghĩ rằng cô phải dẫn dắt trẻ đi từ cái dễ đến cái khó, từ đơn giản đến phức tạp, từ từ qua từng bước, trong khi đứa trẻ có thể đi từ khó đến dễ, và thực hiện những bước nhảy vọt. Những giáo viên như vậy còn có một định kiến khác, đó là về sự mệt mỏi. Một đứa trẻ chú ý đến việc nó đang làm, cứ tiếp tục mải mê không biết mệt mỏi, nhưng khi giáo viên bắt nó thay đổi sau vài phút rồi nghỉ, nó mất sự chú ý và trở nên mệt mỏi. Nhưng với các giáo viên từ những loại trường đào tạo cao đẳng thông thường, những thành kiến này đâm rễ thật sâu đến nỗi chúng không thể sửa chữa. Đa số các trường cao đẳng hiện đại có định kiến về nhu cầu nghỉ ngơi cấp thiết đến nỗi cứ sau 45 phút học là họ lại cho nghỉ, làm gián đoạn giờ học với những hệ quả tai hại. Thế giới sư phạm được hướng dẫn bởi cái lí trí của con người, nhưng tự nhiên có những quy luật khác. Logic phân biệt các sinh hoạt trí óc với các sinh hoạt thể chất, nó cho rằng chúng ta phải ngồi yên trong lớp để làm việc về trí óc, và để làm công việc về thể chất phần trí não không cần đến, nên nó cắt đứa trẻ ra làm hai. Khi trẻ suy nghĩ, nó không được dùng đôi tay; nhưng tự nhiên cho thấy rằng đứa trẻ không thể suy nghĩ mà không dùng đến tay, và rằng nó cần liên tục đi tới đi lui, giống như các nhà hiền triết lưu động của Hi Lạp. Vận động và trí tuệ luôn đi chung vậy mà nhiều người nghĩ rằng không thể nào có một cái trường học nơi trẻ con học hỏi mà vẫn tiếp tục đi vòng vòng.

Nỗ lực lớn nhất trong phương pháp mới của chúng tôi phải được hướng tới việc giải phóng giáo viên khỏi những định kiến này hay định kiến khác và thành công lớn nhất là người giáo viên cởi bỏ được hầu hết các định kiến đó. Nên nếu ta nghĩ đến việc giáo dục cho số đông, và có một sự khan hiếm giáo viên đã được huấn luyện thì chúng tôi có thể nói: "Cảm ơn Trời!". Đấy là một điều kiện thuận lợi.

Tuy nhiên, các giáo viên mới phải hiểu vài điều căn bản, không khó lắm. Ví dụ, trong thử nghiệm đầu tiên, tôi dặn người trợ tá của tôi, là con gái của bác bảo vệ của khu chung cư, rằng cô nên trình bày vài món theo một kiểu và thứ tự riêng cho đứa trẻ, rồi để nó một mình với món đó. Vì không có học, cô có thể làm y như vậy, và thật ngạc nhiên khi mấy đứa trẻ làm việc với các món đồ đó với hiệu quả tuyệt vời. Cô nghĩ chắc có các thiên thần hay đám hồn ma nào đó đang tác động, và cô gần như sợ hãi, chạy đến báo cáo với tôi: "Thưa Bà, vào lúc hai giờ hôm qua, đứa này bắt đầu viết!". Có vẻ như có cái gì siêu nhiên trong việc đứa trẻ viết ra những câu văn hình thành đẹp đẽ khi nó chưa từng viết bất cứ cái gì trong đời, trước đó, và cũng chưa biết đọc.

Kinh nghiệm đã cho thấy rằng giáo viên phải càng rút lui hơn nữa ra hậu trường, họ chỉ nên sửa soạn cho các đứa trẻ làm việc một mình. Công việc của chúng tôi là thuyết phục các giáo viên khi nào việc can thiệp là không cần đến và còn có thể tác hại, và cái đó chúng tôi gọi là Phương pháp của sự Không Can Thiệp. Người giáo viên phải đắn đo xem cái gì cần, như một người đầy tớ cẩn thận chuẩn bị thức uống cho chủ nhân, và rồi để đó cho ông chủ uống tùy ý. Giáo viên phải học khiêm tốn, không tự áp đặt ý mình lên trẻ em mà họ chăm nom, nhưng luôn cảnh giác theo dõi sự tiến bộ của chúng, và chuẩn bị tất cả những gì chúng chắc sẽ cần đến cho những hoạt động kế tiếp.

Chính các phụ huynh thuộc tầng lớp thấp đã hợp tác nhiệt tình nhất với các phương pháp giáo dục của chúng tôi. Khi đứa bé viết chữ đầu tiên - cha và mẹ không biết viết - sự kinh ngạc kính cẩn đối với thành tựu của trẻ đã làm đứa trẻ phấn chấn. Trong khi các cha mẹ giàu có hơn sẽ ít bộc lộ sự quan tâm, và có lẽ sẽ hỏi đứa con rằng chắc người ta không dạy nghệ thuật cho nó ở trường, nên thành quả của nó dường như kém quan trọng hơn; hoặc đứa trẻ muốn quét bụi thì thường được bảo rằng đó là công việc của đầy tớ, và nó không được gửi tới trường để học những công việc tay chân như vậy! Còn nữa, một bà mẹ thấy con đang học toán ở tuổi mà bà cho là quá nhỏ, bà sợ nó bị sốt não, và muốn nó ngừng lại. Thế là đứa nhỏ có cái mặc cảm tự tôn hay tự ti, và theo đó mà bị lụn bại về tinh thần.

Thế nên cũng chính các điều kiện được cho là xấu đối với các trải nghiệm về giáo dục thì trong thực tế lại là tốt, và thành công không hạn chế chỉ ở các đứa trẻ, mà còn ảnh hưởng đến cha mẹ. Trong ngôi nhà thí nghiệm đầu tiên của tôi, các đứa trẻ đã bắt đầu làm những bài tập về công việc thực tiễn trong nhà, chúng sẽ bảo mẹ chúng rằng họ không được để áo quần lem luốc, và không được phí phạm làm đổ nước, và thế là các bà mẹ nhanh chóng bắt đầu chú ý đến việc giữ áo cho sạch sẽ và đến sự ngăn nắp. Cha mẹ sẽ muốn học đọc, học viết bởi con cái của họ biết đọc, biết viết, và cả môi trường bắt đầu biến đổi thông qua các đứa trẻ. Chúng tôi dường như có một cây đũa thần trong tay.

Chương 11

Phương pháp chuyển biến do quan sát

Chính sự bùng nổ về viết chữ là việc đầu tiên đã thu hút sự chú ý của công chúng đến thí nghiệm của tôi ở thời kỳ sớm. Nó không đơn thuần là bùng nổ về viết chữ, mà còn là của bản ngã con người trong đứa trẻ. Ngọn núi có thể dường như là vững chắc và vĩnh viễn không thay đổi, nhưng chứa một ngọn lửa bên trong, mà một ngày kia sẽ phun trào ra bên ngoài. Đó là một sự bùng nổ của lửa, khói và những chất chưa biết, nó sẽ hé lộ cho những ai nghiên cứu nó biết bên trong trái đất giống cái gì. Sự bùng nổ chúng tôi nói đến cũng giống như vậy, và nó đã xảy ra vì những tình huống hầu như là thuận lợi nhất cho một sự hé lộ như vậy. Sự nghèo khó và ngu dốt, thiếu giáo viên, chương trình học và quy tắc về cơ bản, không cung cấp được gì cả, và bởi nhờ sự trống không này, linh hồn đã có thể mở mang. Các trở ngại đã bị vô ý tháo gỡ, nhưng lúc ấy không ai biết là có những trở ngại nào. Không biết rõ dứt khoát là phương pháp giáo dục nào đã gây ra những bùng nổ này, bởi lúc ấy không có phương pháp nào hết; tâm lý học quan tâm đến chúng và phương pháp được xây dựng như là một hệ quả của sự bộc phát như núi lửa này ở đứa trẻ. Báo chí đăng nhan đề là "Sự Khám phá ra Tâm hồn của Con người".

Khoa học mới sau này được căn cứ không phải trên linh cảm, mà là trên sự cảm nhận trực tiếp, và những điều được cảm nhận rơi vào hai nhóm. Một nhóm cho thấy tâm trí của trẻ thơ có khả năng hấp thu văn hóa ở một lứa tuổi sớm không thể tưởng tượng, nhưng chỉ thông qua cái hoạt động không cần trợ giúp của nó; nhóm thứ hai liên quan đến sự phát triển tính khí, cũng ở một lứa tuổi mà các nhà giáo dục lớn tuổi hơn đã đồng ý là còn quá sớm để có ảnh hưởng gì lên cá tính. Họ sai vì họ nghĩ rằng người lớn phải ảnh hưởng lên cá tính của người trẻ; và phải biến cái ác thành cái thiện là một vấn đề muôn thuở. Nhưng giai đoạn từ 3 đến 6 tuổi là thời gian để phát triển nhân cách, mỗi đứa trẻ phát triển theo các quy luật của chính nó trừ phi bị cản trở.

Đứa trẻ tập trung vào những vấn đề nào mà nó đã có trong đầu, mà nó đã tiếp thu trong giai đoạn trước, bởi cái gì đã được chinh phục có khuynh hướng tồn tại trong tâm trí, để được suy ngẫm. Bởi vậy, sự bùng nổ trong việc viết chữ là do sự chinh phục tiếng nói trước đó, và một sự mẫn cảm đối với ngôn ngữ sẽ chấm dứt vào năm tuổi rưỡi hay 6 tuổi. Do vậy, chỉ ở tuổi này viết chữ mới có thể đạt được với niềm vui và nhiệt tình như thế, trong khi trẻ em 8 hay 9 tuổi không có hứng thú như vậy. Người ta thấy trẻ em đã gián tiếp chuẩn bị các cơ quan để viết, nên sự chuẩn bị gián tiếp đã được chấp nhận như là một phần cần thiết trong phương pháp Montessori. Chúng ta đã thấy rằng thiên nhiên gián tiếp chuẩn bị trong phôi thai; nó không ban ra mệnh lệnh cho đến khi các cơ quan đã được chuẩn bị để tuân theo. Cá tính cũng được xây dựng theo lối như vậy. Không có gì đạt được đơn thuần bằng sự bắt chước hay vâng lời vì cưỡng bức; phải có một sự chuẩn bị nội tại, nhờ đó sự vâng phục trở thành khả thi, và một sự chuẩn bị như vậy là gián tiếp. Điều thiết yếu là sửa soạn một môi trường cho trẻ em, và cho chúng cái tự do nơi tâm hồn có thể mở mang các năng lực của nó.

Trong sự phát triển ngôn ngữ, đứa trẻ ở giai đoạn trước đó đã đi theo cái dường như là một trật tự ngữ pháp trong ngôn từ, tiến hành từ các âm thanh và âm tiết đến các danh từ, tính từ, trạng từ, liên từ, động từ và giới từ. Theo đó, chúng ta đã nghĩ rằng sẽ ích lợi cho trẻ nếu nó có một phương pháp văn phạm trong thời kỳ thứ hai, và dạy ngôn ngữ trước hết là dạy văn phạm. Có vẻ vô lí, theo cách suy nghĩ thông thường của chúng ta, rằng văn phạm phải được dạy lúc 3 tuổi, trước khi đọc hay viết, nhưng trẻ nhỏ hào hứng quan tâm đến nó, còn trẻ lớn tuổi hơn thì không. Nói cho cùng thì văn phạm là sự kiến tạo của một ngôn ngữ, và đứa trẻ đã phải kiến tạo và nó đã tìm ra sự trợ giúp ở đó.

Các giáo viên có trình độ văn hóa thấp ở trường của chúng tôi để ý thấy sự đói khát chữ nghĩa ở đám trẻ nhỏ, và họ viết cho chúng hết những gì họ biết, và chúng đến gặp tôi để xin thêm, sau khi đã vận dụng hết số tự vựng đơn giản của họ. Chúng tôi nghĩ mình sẽ thử thí nghiệm là cho chúng những từ cần cho văn hóa cao cấp hơn, như tên các hình hình học, đa giác, hình thang, và những từ khác cùng độ khó tương tự; mấy đứa trẻ hấp thụ tất cả dễ dàng trong vòng một ngày. Rồi chúng tôi tiếp tục với các dụng cụ khoa học, như nhiệt kế và phong vũ biểu và đến các từ về thực vật học, như cánh hoa, đài hoa, nhụy cái và nhụy đực. Chúng đều được tiếp nhận với nhiệt tình, và chúng tôi được đòi hỏi nhiều hơn, vì từ 3 đến 6 tuổi là tuổi khao khát không nguôi về từ ngữ, không có từ nào là quá dài hay quá phức tạp đối với đứa trẻ. Chúng tôi cho các em những từ dùng trong các hệ phân loại khác nhau của các đề tài - động vật học, địa lí và các môn khác - và khó khăn duy nhất là do các giáo viên, họ không biết các từ ngữ này, và thấy khó mà nhớ được hết các ý nghĩa của chúng.

Tâm trí của đứa trẻ không tự giới hạn trong những vật mà chúng có thể thấy và các phẩm chất của chúng, nhưng nó vượt lên trên điều này, khi bộc lộ ra trí tưởng tượng. Đối với trẻ con, cái bàn trong trò chơi biến thành cái nhà, cái ghế làm con ngựa, chúng có thể hình dung ra một vị tiên và miền đất thần tiên, chúng không có khó khăn gì để hình dung ra châu Mỹ hay thế giới, nhất là với sự trợ giúp của quả cầu. Vài đứa trong số trẻ em 6 tuổi của chúng tôi có một quả địa cầu, và đang nói chuyện về nó, khi một đứa 4 tuổi chạy đến "Cho em xem với! Đây có phải là thế giới không? Bây giờ em hiểu cậu của em đã đi ba lần quanh thế giới như thế nào rồi". Đồng thời trẻ cũng ý thức ra rằng quả địa cầu không chỉ là một mô hình, bởi nó biết thế giới là mênh mông.

Một đứa dưới 5 tuổi cũng xin được xem một trong các quả cầu được trao cho các em lớn hơn. Các em này đang nói về châu Mỹ, không để ý đến nó, cho đến khi nó ngắt lời chúng: "New York ở đâu vậy?". Chúng chỉ cho nó, và câu hỏi kế tiếp là "Hà Lan ở đâu?" - đấy là quốc gia nơi chúng tôi đang làm việc. Khi được chỉ cho, đứa trẻ sờ vào phần tô màu xanh biển, và nó nói: "Vậy đây là biển. Bố em đi châu Mỹ mỗi năm hai lần và ở tại New York. Khi bố bắt đầu đi, mẹ bảo với chúng em, "Bố đang trên biển!" rồi mẹ nói bố ở New York. Bây giờ bố lại ở trên biển và chúng em sẽ đi gặp bố sớm ở Rotterdam". Đứa trẻ đã nghe nói rất nhiều về châu Mỹ, và bây giờ cảm thấy vui vì khám phá ra nó, đứa trẻ đạt được sự định hướng trong môi trường tâm trí của mình cũng như nó đã phải làm trước đó về mặt vật lý. Để nắm bắt cái thế giới tinh thần của thời đại của mình, trẻ phải tiếp nhận các từ ngữ của những bậc niên trưởng trong gia đình và khoác cho các từ ngữ đó những hình ảnh từ tâm trí trẻ. Sức mạnh của trí tưởng tượng này ở đứa trẻ dưới 6 tuổi thường được dành cho đồ chơi và chuyện thần tiên, nhưng chắc chắn chúng ta có thể cho em những thứ có thực để suy tưởng, nhờ đó đặt em vào mối tương giao chính xác hơn với môi trường của mình.

Một đặc điểm của trẻ em ở tuổi này mà ai cũng biết, đó là chúng luôn đặt câu hỏi, để tìm hiểu sự thật của các sự vật. Những câu hỏi như thế phải là thú vị đối với người lớn, chứ không nên bị xem là phiền toái, đó là sự biểu lộ của một trí tuệ đang truy tìm thông tin. Nhưng trẻ em không thể theo dõi những lời giải thích dông dài, và cần những câu trả lời đơn giản, hỗ trợ bởi những vật minh họa nếu có thể, ví dụ như quả địa cầu cho đứa trẻ đang tìm hiểu về địa lí.

Người giáo viên cần một sự chuẩn bị đặc biệt, bởi vì không phải logic có thể giải quyết được các vấn đề của trẻ. Chúng ta phải biết quá trình phát triển trước đó của trẻ, và hơn nữa là phải cởi bỏ các thành kiến đã có sẵn của chúng ta. Cần nhiều sự tế nhị và tinh tế để chăm sóc tâm trí trẻ em giữa các thời kỳ 3 và 6 tuổi; may thay, trẻ thơ tiếp thu từ môi trường hơn là từ thầy cô - người chỉ cần đứng một bên, để phục vụ khi được gọi đến.

Bây giờ đến vấn đề quan trọng về tính khí và giáo dục đạo đức, ở đây chúng tôi cũng được cho thấy là phải nhìn đến điều đó từ một quan điểm khác, để giúp xây dựng tính cách, hơn là giảng dạy. Với vấn đề này cũng vậy, thời kỳ sẽ chấm dứt vào lúc 6 tuổi là thời kỳ quan trọng nhất, bởi lúc ấy là lúc cá tính được hun đúc, không phải bởi các mẫu mực và áp lực bên ngoài, mà bởi chính tự nhiên. Trong ba năm đầu đời quan trọng mà chúng ta đã xét đến trước đó, có những ảnh hưởng có thể thay đổi cá tính suốt đời của đứa trẻ. Một cá tính đang được tạo ra ngay cả lúc ấy, từ các trở ngại hay từ sự tự do thoát khỏi các trở ngại ấy. Nếu trong lúc thụ thai, lúc đang mang thai, khi sinh ra và thời kỳ kế tiếp đó, đứa trẻ được chăm sóc một cách khoa học, thì đến tuổi lên 3, nó phải là một cá thể mẫu mực; nhưng điều này ít khi xảy ra, vì đứa trẻ thường đã giáp mặt với nhiều tai nạn rủi ro.

Nếu các khiếm khuyết về cá tính là do các khó khăn xảy ra sau khi sinh thì chúng ít trầm trọng hơn những cái đã gây ra trong thời gian mang thai, và đến lượt những khiếm khuyết này lại ít nặng hơn những cái gây ra trong lúc thụ thai. Nếu bị khuyết tật sau khi sinh, chúng có thể chữa trị được giữa tuổi 3 đến 6, vì đây là thời gian để điều chỉnh và đạt tới sự hoàn thiện. Nhưng các khuyết tật tinh thần và thể chất do cú sốc lúc sinh ra, hay do một nguyên nhân trước đó, lại rất khó chữa khỏi. Đần độn, kinh phong và bại liệt là hữu cơ, không thể trị khỏi nhờ bất cứ sự trợ giúp nào của chúng ta; nhưng những khó khăn không phải hữu cơ thì có thể chữa trị, nếu điều trị trước 6 tuổi; nếu không, chẳng những chúng sẽ tồn tại, mà sẽ còn trở nên trầm trọng hơn nữa.

Đứa trẻ 6 tuổi hầu như là sự tích lũy của những đặc điểm thật sự không phải của nó mà đã được thủ đắc qua các kinh nghiệm của nó. Một đứa trẻ bị bỏ rơi từ 3 đến 6 tuổi chắc sẽ không có một lương tâm đạo đức phải phát triển từ 7 đến 12 tuổi và không có khả năng để học hỏi, nó trở thành một con người mang sẹo - dấu vết của những chiến bại của tâm hồn.

Trong các trường của chúng tôi, và trong nhiều trường học hiện đại khác, chúng tôi có các chi tiết sinh học của mỗi đứa trẻ, để chúng tôi có thể biết các vấn đề khó khăn ở những giai đoạn khác nhau, và chẩn đoán cách chữa trị thích hợp. Chúng tôi hỏi xem có bệnh di truyền nào, tuổi tác của cha mẹ khi sinh con; bà mẹ có bị tai nạn hay cú sốc thần kinh nào trong lúc mang thai, sự sinh nở có bình thường và em bé có khỏe, có bị ngạt thở hay không. Tiếp theo là hỏi về đời sống trong gia đình, cha mẹ và bảo mẫu có nghiêm khắc, hay trẻ có bị cú sốc nào không. Bản tra vấn này là cần thiết bởi vì đa số trẻ em đến với chúng tôi với những đặc điểm lạ lùng và ngỗ nghịch, và những điều này phải được truy ra và thấu hiểu để có thể được chữa lành.

Tất cả sự chệch hướng khỏi cái bình thường hầu hết đi vào ngay trong lĩnh vực, hầu như mơ hồ, mà đa số mọi người gọi là cá tính, và chúng rơi vào hai nhóm: những trẻ em mạnh mẽ đã vượt qua được các trở ngại, và những đứa yếu kém đã vấp phải trở ngại. Các em bộc lộ rõ ràng tính hay giận dữ, những hành vi nổi loạn, tính phá hoại, tham lam chiếm hữu và ích kỉ, không chú ý và bất trật tự về trí khôn và óc tưởng tượng. Các em này hay la lớn và ồn ào, thích chọc phá và hung dữ với động vật. Chúng thường tham lam, yếu kém, thụ động và bộc lộ những khiếm khuyết tiêu cực như biếng nhác, ù lì, khóc vì chuyện vặt, và muốn mọi thứ được làm cho chúng. Chúng sợ sệt đối với mọi thứ gì lạ và bám theo người lớn. Chúng muốn luôn được tiêu khiển làm vui, và nhanh chóng chán nản và mệt mỏi; chúng có tật nói dối và ăn cắp, cơ bản là những hình thức tự vệ.

Vài bệnh tật thể chất đi kèm với các khó khăn này, và do đó cho thấy một căn nguyên tinh thần không nên bị nhầm lẫn với bệnh hoạn thực sự về thể chất. Ví dụ như biếng ăn, hay ngược lại, tham ăn - do đó khó tiêu hóa; hoặc bị ác mộng; hoặc sợ bóng tối ảnh hưởng đến sức khỏe và gây ra chứng thiếu máu. Không có thuốc nào có thể trị chúng khỏi được bởi nguyên nhân là do tinh thần.

Trẻ em có những tật này, nhất là những đứa mạnh mẽ, không được gia đình xem là ân phước; chúng bị đày đi nhà trẻ hay đến trường, và chúng "mồ côi" mặc dù cha mẹ vẫn còn sống.

Vài cha mẹ áp dụng sự nghiêm khắc, như tát tai, mắng chửi, bắt đi ngủ mà không cho ăn uống, nhưng các đứa trẻ thì hoặc trở thành tồi tệ hơn hoặc phát triển một dạng khó khăn tương đương mang tính thụ động. Thế là họ thử kiểu thuyết phục, như lí luận với chúng và lợi dụng lòng mến thương của chúng: "Tại sao con làm mẹ buồn?". Không có hiệu quả gì. Cha mẹ của những đứa thoái hóa loại thụ động sẵn sàng bỏ chúng ở không, bà mẹ nghĩ con trai mình tốt và vâng lời, và khi nó đeo theo bà và không chịu đi ngủ mà không có bà ở bên, bà nghĩ đấy chỉ là dấu hiệu của lòng thương mến lớn lao của nó đối với bà. Nhưng rồi bà sớm nhận ra là nó chậm chạp và chậm nói, chậm đi. Mặc dù mạnh khỏe, nó sợ mọi thứ và không muốn ăn, nó cần những câu chuyện để ép nó. Bà tự nhủ rằng nó là một đứa bé tâm linh, có lẽ được sinh ra để làm thánh hay một nhà thơ, nhưng rồi bác sĩ được mời đến để cho nó uống thuốc. Những căn bệnh tâm thần này chỉ làm giàu cho bác sĩ gia đình.

Một trong những sự kiện khiến các ngôi trường đầu tiên của chúng tôi đáng được chú ý là sự biến mất của các khiếm khuyết này, và đó là do một nguyên nhân. Các em được tự do thực hiện các thí nghiệm của chúng lên môi trường, và những trải nghiệm này là chất nuôi dưỡng trí tuệ đã bị bỏ đói. Một khi mối quan tâm nào đó được khơi dậy, chúng lặp lại các bài tập quanh cái chúng quan tâm, và chuyển từ sự tập trung này sang một sự tập trung khác. Khi đứa trẻ đã đạt đến trình độ có thể tập trung và làm việc liên quan đến điều mà nó quan tâm, các khuyết tật biến mất; đứa mất trật tự trở thành trật tự, đứa thụ động thành năng động và đứa phá đám thành kẻ giúp đỡ; cho nên các khiếm khuyết được bộc lộ, thật ra, tự chúng không phải là những đặc điểm có thực, mà là những đặc điểm đã được thủ đắc. Nên lời khuyên của chúng tôi cho các bà mẹ là hãy cho con làm một công việc thú vị nào đó, và không bao giờ làm gián đoạn trong bất cứ hoạt động nào chúng đã bắt đầu. Sự dịu ngọt, nghiêm khắc, thuốc men không có ích lợi gì hết. Chúng tôi không bi thương hóa đối với đứa trẻ gây rắc rối hay gọi nó là đứa ngu; điều đó không có ích gì khi nó đang cần thức ăn tinh thần. Con người do bản chất là một sinh vật trí thức, và nó cần thức ăn về tinh thần còn hơn là về thể chất. Khác với thú vật, nó phải kiến tạo cách ứng xử của chính nó từ cuộc sống và trải nghiệm của nó, và nếu được đưa vào con đường của sự sống này, tất cả mọi sự sẽ đều tốt đẹp.

Chương 12

Lo ngại về kỷ luật

Người ta đã xác định rằng giáo dục đạo đức chỉ có nghĩa là phát triển tính khí, và các lỗi lầm có thể làm cho biến mất mà không cần rao giảng, với hình phạt hay với cả gương tốt của người lớn. Không cần hăm dọa hay hứa hẹn, nhưng chỉ cần những điều kiện cần thiết cho sự sống.

Cộng với cái gọi là loại bé ngoan (hay thụ động) và trẻ ngỗ nghịch đã được xét đến, nói chung mọi người công nhận có một loại trẻ em thứ ba, vô cùng khỏe mạnh, có một óc tưởng tượng linh hoạt, xoay từ cái này đến cái khác, và được cha mẹ xem là đặc biệt sáng dạ - hay thực ra được họ xem là siêu đẳng! Cái mà tôi đã thấy ở các trường của chúng tôi là tất cả những đặc điểm này biến mất ngay khi đứa trẻ trở nên chú tâm vào công việc đã thu hút sự chú ý của nó. Cái gọi là tốt, xấu và cao cấp đều nhập lại thành một loại trẻ em không còn có đặc điểm nào trong số đó. Điều này cho thấy rằng cho đến nay, người đời không thể đo lường được cái tốt và cái xấu, và họ đã sai lầm trong phán đoán. Mục đích đích thực của tất cả các em được biểu lộ ra là sự kiên định trong công việc và hồn nhiên trong sự lựa chọn việc làm, mà không cần đến sự hướng dẫn của các giáo viên. Đi theo một sự hướng dẫn nội tại nào đó, chúng bận bịu trong việc làm, mỗi đứa một việc khác nhau, việc làm mang lại cho chúng niềm vui và sự bình an, và rồi có cái gì khác xuất hiện mà trước đây người ta chưa hề thấy ở trẻ, đó là sự kỷ luật tự phát. Điều này khiến cho các khách đến thăm trường thấy kinh ngạc còn hơn sự bùng nổ của sự viết chữ. Trẻ em đi tới đi lui, tự do tìm cái gì đó để làm, mỗi đứa tập trung vào một công việc khác nhau, nhưng cả nhóm thể hiện sự hiện diện của kỷ luật hoàn hảo. Thế nên vấn đề đã được giải quyết: để có kỷ luật, hãy cho tự do. Người lớn không cần là kẻ hướng dẫn hay cố vấn về cách ứng xử, mà hãy để cho đứa trẻ những cơ hội để làm việc mà từ trước đến nay đã bị tước bỏ.

Lúc đầu, có vẻ như nhóm 40 đứa trẻ không thể nào ở chung trong một căn phòng, lặng lẽ làm việc, mà không có sự dìu dắt của một giáo viên, nhất là khi chúng mới 3 đến 5 tuổi. Báo chí tuyên bố điều này là tuyệt vời nếu có thật, nhưng khó tin. Các khách đến tham quan cố tìm xem tôi đã dùng bí quyết nào, bởi họ chắc chắn rằng đó là một mưu mẹo. Vài người nói đó là do sự thu hút cá nhân hay thuật thôi miên của tôi đã gây ra kết quả, nhưng tôi có thể nói rằng: "Chuyện này xảy ra ở New York, khi tôi đang ở Roma mà!" bởi vì đó không phải là một hiện tượng bất thường, mà nó xảy ra ở tất cả các trường của chúng tôi, đã lan đến nước Mỹ, New Zealand, Pháp và Anh. Những người hoài nghi khác kết luận rằng các đứa trẻ đã được giáo viên chuẩn bị cho để đón khách, hay là cô đã dùng mắt mình theo kiểu nào đó để biểu lộ sự chấp thuận hay không chấp thuận. Nhưng chứng cớ được tích lũy từ mọi quốc gia; một thừa số chung là kỷ luật phi thường của các em đã "bình thường hóa", theo cách mà chúng tôi gọi loại trẻ đã phát triển trong trường của chúng tôi - so với các trẻ "bị lệch lạc".

Trong Ngôi Nhà của Trẻ Thơ đầu tiên của tôi, tất cả các trẻ đều đến từ một chung cư. Trong số những người không tin có vị đại sứ Cộng hòa Argentina khi đó đang có mặt tại Roma. Ông muốn tự mình tận mắt thấy ngôi trường, và ông muốn đến mà không báo trước, để không có sự chuẩn bị nào cho cuộc viếng thăm. Ông cho cô con gái của Thủ tướng Italia biết ý định của mình, người đã hứa đi với ông và không báo trước cho trường biết. Họ đã quên hôm ấy là ngày thứ Năm, một ngày nghỉ ở các trường tiểu học ở Italia, nên trường đóng cửa; nhưng có một em nhỏ chạy đến gặp họ và hỏi họ muốn gì. Nó chỉ mới 4 tuổi, và những đứa trẻ nghèo ở tuổi này thường không tự do nói năng với người lạ sang trọng, nhưng nó hầu như tự nhiên trong cung cách của mình, và, khi nó được biết là họ muốn xem trường và rất tiếc là trường đóng cửa, nó nói: "Ô, không sao đâu! Bác bảo vệ có chìa khóa mà, và tất cả mấy đứa sống ở đây, nên con có thể gọi tụi nó". Trước sự ngạc nhiên thích thú của khách, các đứa trẻ đều rất hăng hái đi đến, và hăng say làm việc mà hoàn toàn không mất trật tự dù giáo viên không có mặt. Vị đại sứ tuyên bố không có trường hợp nào có thể được chứng minh thuyết phục hơn thế, và ông trở thành một người tin tưởng chắc chắn vào phương pháp này.

Một ví dụ khác như vậy đã xảy ra rại Hội chợ Thế Giới ở San Francisco, vào thời điểm khai trương kênh đào Panama. Trong số các triển lãm về giáo dục, có một phòng học Montessori nhỏ, với tường bằng kính để mọi người có thể nhìn vào từ bên ngoài mà không làm phiền các đứa trẻ khi vào. Heken Parkhurst là giáo viên. Căn phòng được khóa lại vào ban đêm, một người quản gia giữ chìa khóa. Một ngày kia, người quản gia không đến, vì gặp tai nạn; mọi người đứng ở ngoài, cả các đứa trẻ và giáo viên của chúng. Cuối cùng cô Parkhurst nói: "Hôm nay chúng tôi không thể vào để làm việc"; nhưng một trong mấy đứa trẻ thấy một cánh cửa sổ mở, và nó nói, "Hãy nâng tụi con lên, và tụi con sẽ chui vào qua cửa sổ và làm việc". Cửa sổ có cỡ tương xứng với trẻ và cô Parkhurst nói: "Cái đó tụi con làm được, nhưng cô không thể chui qua cửa sổ đó được!". "Không sao đâu", - đó là câu trả lời: "Nhưng cô đâu có làm việc. Cô có thể ngồi ở ngoài và cùng nhìn với mấy người khác". Thế là khó khăn đã vượt qua được, và phương pháp thắng một bàn thắng bất ngờ.

Chỉ sau 6 tuổi trẻ em mới có thể học hỏi được từ sự giảng dạy về đạo đức, vì giữa 6 và 12 tuổi, lương tâm thức giấc và đứa trẻ trở nên quan tâm đến các vấn đề phải trái. Và nhiều thành công còn khả thi giữa tuổi 12 và 18, khi các lí tưởng về tôn giáo và lòng yêu nước được cảm nhận.

Những băn khoăn lo lắng chính liên quan đến việc rèn luyện tính khí là về mặt ý chí và vâng phục, và mục đích thường tình là để kiềm chế ý chí của đứa trẻ, thay thế ý chí của nó bằng ý muốn của người giáo viên, đòi hỏi trẻ phải phục tùng. Có nhiều nhầm lẫn trong các đề tài này cần được làm sáng tỏ. Các nghiên cứu sinh học cho chúng ta biết ý chí của con người là một phần của năng lực vũ trụ gọi là *horme*, và đây không phải là lực vật lý, mà là một năng lượng sống của vũ trụ trên con đường tiến hóa. Tiến hóa được giới hạn bởi các định luật, và khác xa sự ngẫu nhiên tình cờ. Là một biểu đạt của lực ấy, ý chí của con người phải uốn nắn hành vi ứng xử của nó, và trở nên phần nào có ý thức, chỉ thông qua trải nghiệm ở đứa trẻ, ngay khi trẻ có hành động nào đó để thực hiện. Do tự nhiên mà trẻ tuân phục luật lệ.

Cho rằng các hành động cố ý của các đứa trẻ là bất trật tự và đôi khi hung dữ là một sai lầm; những hành động như thế không phải là những biểu lộ của ý chí của đứa trẻ, bởi chúng nằm bên ngoài phạm vi của cái *horme*. Giống như chúng ta đã nhầm lẫn các sự vặn vẹo của một người lên cơn kinh phong với các hành vi do ý chí điều khiển. Nếu chúng ta xem tất cả các vận động không trật tự ở đứa trẻ hay con người nói chung bị điều khiển bởi ý chí, theo lẽ tự nhiên, ta sẽ cảm thấy rằng ý chí đó cần phải bị kiềm chế hay bẻ gãy, và phải làm cho nó tuân phục. Một nhà giáo dục lớn đã nói: "Thực chất của giáo dục có thể được tóm gọn trong một chữ là: vâng lời". Logic của con người chắc sẽ thuyết phục rằng bằng cách làm cho đứa trẻ vâng lời, người ta có thể dạy nó tất cả các đức tính, và ép buộc trẻ phải đạo đức! Nhưng theo những câu chữ này, có vẻ là tật xấu căn bản của đứa trẻ là "sự bất tuân" và vấn đề này còn lâu mới được giải quyết.

May thay vấn đề không phải là không giải quyết được! Ý chí của con người không phải biểu lộ qua sự hỗn loạn hay bạo lực; đấy là dấu hiệu của sự đau khổ - sự vi phạm! Nhưng trong khi sự bẻ gãy ý chí xảy ra tức thời, sự phát triển của nó là một quá trình lâu dài, bởi vì nó là tăng trưởng, và tùy thuộc vào sự trợ giúp của môi trường.

Cái tiến trình lâu dài để phát triển ý chí có thể so sánh được với việc quay sợi; được khai triển bởi hoạt động trong một trường hành động ngày càng mở rộng, sợi dây ý chí trở nên ngày càng mạnh mẽ, dẻo dai hơn. Bằng cách kết hợp các hoạt động này với một mục đích trung tâm, như đặt bàn ăn hay phục vụ ở bàn ăn, ý chí tự do của các đứa trẻ có thể được liên tục hướng dẫn đến cùng một mục đích, và chúng ta có được một xã hội bởi sự gắn kết thông qua ý chí, và như mọi người đều mong - hay có ý muốn - một điều giống như vậy, một sự kết hợp đến từ hành vi ứng xử bình thản thật tuyệt vời để ta thấy. Nhưng trước hết ý chí phải được phát triển ở mỗi đứa trẻ.

Một sự kiện đáng ngạc nhiên xảy ra ở ngôi trường đầu tiên của tôi đã đem đến một sự cống hiến thực tiễn mới cho phương pháp giáo dục dưới dạng Bài học Im lặng. Tôi bước vào một lớp học đang chăm chỉ làm việc; các đứa trẻ đã phát triển được ý chí. Tôi bước vào một lớp học có 45 đứa trẻ, với một em bé 4 tháng tuổi, ôm trong tay. Ở Italia có một tập tục lâu đời là quấn chặt tã vải quanh hai chân đứa bé, để buộc chúng nằm yên, và đưa cho các em xem cái gánh nặng của tôi, tôi nói, "Có một vị khách đây. Các con xem nó nằm yên như thế nào; cô chắc tụi con không thể giữ yên được như vậy!". Tôi nghĩ chúng sẽ cười rộ vì lời nói đùa của tôi, nhưng tất cả các em trở nên rất nghiêm túc, và lập tức khép hai chân và kiềm mình không động đậy. Nghĩ rằng chúng không hiểu tôi muốn nói gì, tôi tiếp tục nói, "Phải chi các con có thể cảm thấy được em bé thở nhẹ nhàng như thế nào; các con không thể thở nhẹ như vậy, bởi vì lồng ngực các con to hơn". Bây giờ tôi nghĩ chắc chúng sẽ cười, nhưng hoàn toàn không. Chúng giữ chân gần như bất động, và còn kiểm soát hơi thở để không phát ra thành tiếng, và các em nghiêm trang nhìn tôi. Lúc ấy tôi nói: "Cô sẽ bước ra thật nhẹ, nhưng em bé còn yên lặng hơn cô nữa; bé sẽ không cựa quậy và làm ồn". Tôi đem đứa nhỏ trả lại cho mẹ nó, và quay trở vào với các em, để thấy rằng chúng vẫn ngồi yên không rục rịch, và với cái vẻ mặt như đang nói: "Cô thấy không, cô làm ồn một chút, nhưng tụi con có thể yên lặng như em bé vậy". Thế nên tất cả các đứa trẻ đều có cùng ý chí; tất cả được thôi thúc để cùng làm một việc, và kết quả là một lớp học với 45 đứa trẻ hoàn toàn bất động và yên lặng. Chắc mọi người sẽ tự hỏi làm sao đạt được một kỷ luật tuyệt vời như thế, và ý định của tôi chỉ là làm cho các em cười. Sự yên lặng thật bất ngờ đến nỗi tôi đã nói "Sao mà yên lặng quá!" - và các em dường như cũng cảm thấy được phẩm chất ấy, và đã ngồi yên, kiềm chế hơi thở, cho đến khi tôi bắt đầu nghe được các âm thanh mà tôi đã không để ý đến trước đó, như tiếng gõ của đồng hồ, nước chảy từ vòi nước ở bên ngoài, và tiếng vo ve của đàn ruồi. Sự im lặng này là nguyên nhân của niềm vui lớn lao cho các đứa trẻ, và từ đó nó được triển khai thành một đặc điểm của trường chúng tôi. Qua sự yên lặng đó, ta có thể đo lường sức mạnh ý chí của đám trẻ, và với bài luyện tập này, ý chí được củng cố và thời gian giữ yên lặng được kéo dài.

Sau đó chúng tôi thêm vào việc thì thầm gọi tên từng đứa, và khi được gọi thì thầm, đứa bé bước đến mà không gây ra tiếng động, trong khi những đứa khác ngồi yên, và vì mỗi đứa cẩn thận và chậm rãi bước đến trong cố gắng không gây tiếng động nào, đứa cuối cùng được gọi phải chờ rất lâu. Những đứa trẻ này cho thấy tự chúng có thể có năng lực tự kiềm chế lớn hơn hẳn nhiều người lớn, và đó là ý chí và sự ức chế mang đến sự vâng phục.

Tôi đã không cố ý kích thích mối im lặng đầu tiên này bằng cách bế một em bé vào, nhưng tôi không thể luôn lệ thuộc vào một vị khách như vậy, và tôi muốn lặp lại điều thú vị này. Tôi đã tìm ra cách hay nhất là hỏi: "Các con có muốn tạo nên sự yên lặng không?". Lập tức, sự nhiệt tình to lớn được bộc lộ, và tôi nhận ra rằng mình có thể chỉ huy sự im lặng và được vâng lời. Trải nghiệm của một giáo viên đã đi dạy khoảng mười năm thật thú vị về phương diện này. Cô thấy rằng cô phải tự kiềm mình không nói ra trước các lời hướng dẫn, ví dụ như "Hãy dẹp mọi thứ trước khi ra về tối nay", bởi mấy đứa nhỏ đã bắt đầu làm trước khi cô dứt câu và nói cho rõ ý. Những chuyện tương tự bắt đầu xảy ra với mỗi mệnh lệnh, và cô cảm thấy rất trách nhiệm khi cô nói, vì sự hưởng ứng tức thời này. Vâng lời đích thực là giai đoạn cuối cùng của cái ý chí đã được phát triển, nên sự phát triển của ý chí là điều duy nhất khiến tuân phục thành khả thi, và người giáo viên tốt chu đáo kỹ lưỡng học cách tránh lợi dụng sự vâng lời của trẻ em. Người giáo viên phải cảm thấy có trách nhiệm, không phải thấy mình có quyền năng trong vị thế của mình. Sau năm 7 tuổi, các đứa trẻ tìm kiếm một người lãnh đạo như vậy; trước tuổi này, chúng có sự gắn kết về mặt xã hội.

Sự hình thành tính vâng lời có thể được truy ra trong ba bước:

1. Khả năng sinh học để thực hiện công việc. Cho đến khi điều này được phát triển, đứa trẻ có thể vâng lời hôm nay,

nhưng ngày mai lại từ chối, không phải do ý muốn nào, nhưng do thiếu sự phát triển hoàn chỉnh ở giai đoạn này;

2. Khả năng luôn luôn vâng lời, một cách tự động;

3. Hình thức cao nhất của sự vâng phục - rất hiếm ở người lớn - thể hiện qua sự hăm hở, hăng hái và vui vẻ vâng lời.

Nếu đứa trẻ thực hiện ý muốn của một giáo viên là vì nó sợ hay vì lòng yêu mến của nó bị lạm dụng thì nó không có ý chí, và sự vâng lời có được củng cố bằng sự triệt tiêu ý chí thật ra là một sự đàn áp. Đó là sự vâng lời thường có ở học đường, nhưng cái tinh tế của kỷ luật là đạt được sự vâng phục từ các ý chí đã phát triển, và điều này dựa trên một xã hội gắn kết, bước đầu tiên của một xã hội có tổ chức.

Lực kết dính xã hội có thể được so sánh với đường sợi dọc của vải, các đường sợi của nhân cách được sắp xếp song song bên nhau, và gắn vào một cái gì đó để giữ chúng được trật tự. Trong trường hợp của chúng tôi, môi trường là cái cố định những đường sợi của trẻ em, và sau năm 6 tuổi, một sợi khác bắt đầu ghép lại tất cả những sợi riêng lẻ này, đan vào nhau để tổ chức chúng lại. Một khi đã được đan kết với nhau, chúng không còn cần sự nâng đỡ hỗ trợ nữa. Vậy, chúng ta đã có được một kiến giải về quá trình phát triển tự nhiên của phôi học xã hội. Ta thường cho rằng xã hội được dựa trên chính quyền và luật pháp; trẻ em phơi mở cho ta thấy trước hết phải có những cá thể có ý chí đã phát triển, và rồi một lời kêu gọi, kết hợp chúng lại với nhau, sẽ đến trước khi hình thành tổ chức. Trước hết ta cần đến sức mạnh của ý chí, rồi đến sự gắn kết bởi tình cảm, và cuối cùng là sự gắn kết bởi ý chí.

Chương 13
Phẩm chất thiết yếu ở một người thầy Montessori

Một sự đánh giá hời hợt về Phương pháp Montessori quá thường cho rằng không cần đòi hỏi gì ở người giáo viên, kẻ phải tự kiềm mình không can thiệp và để trẻ tự làm việc riêng của chúng. Nhưng khi ta xét đến các giáo cụ, số lượng và thứ tự cũng như các chi tiết để trình bày, nhiệm vụ của người giáo viên trở nên tích cực và phức tạp. Không phải vì người giáo viên Montessori không hoạt động những lúc mà người giáo viên thông thường hoạt động; nói đúng hơn tất cả các hoạt động mà chúng tôi đã mô tả là do sự chuẩn bị tích cực và hướng dẫn của người giáo viên, và sự bất hoạt động sau này của giáo viên là chỉ dấu của sự thành công của họ, biểu hiện rằng công việc của họ đã hoàn thành một cách thành công. May thay cho những thầy cô đã mang lớp học của họ đến giai đoạn mà họ có thể nói là "Dù tôi có mặt hay không, lớp học vẫn tiếp diễn" và cả nhóm đã đạt được tính độc lập. Để đạt đến dấu hiệu của sự thành công này, có một lối đi cần phải theo trong sự phát triển của người thầy.

Một giáo viên bình thường không thể biến thành một giáo viên Montessori vì họ phải được đào tạo lại thành mới mẻ, khi đã học rũ bỏ được các định kiến sư phạm. Bước đầu tiên là tự chuẩn bị sự tưởng tượng của mình, bởi người thầy Montessori phải hình dung được đứa trẻ chưa có ở đó, nói theo nghĩa vật chất, và phải có niềm tin ở đứa trẻ sẽ tự bộc lộ ra qua lao động. Các loại trẻ em lệch lạc khác nhau không làm lung lay niềm tin của người thầy này. Người thầy có thể thấy một loại trẻ khác trong lĩnh vực tâm linh, và vững tin để chờ cái hữu thể ấy xuất hiện khi trẻ bị hấp dẫn bởi cái công việc khiến nó thích thú quan tâm. Họ chờ đợi các đứa trẻ bộc lộ những dấu hiệu của sự tập trung chú ý.

Trong công việc này, có ba giai đoạn phát triển:

1. Là người bảo vệ và quản gia của môi trường, người giáo viên chú tâm đến việc này, thay vì bị bận tâm về các khó khăn do đứa trẻ có vấn đề, cô biết rằng sự chữa trị sẽ đến từ môi trường. Sự hấp dẫn sẽ chi phối ý chí của đứa trẻ là ở đấy. Giáo cụ phải luôn luôn đẹp đẽ, sáng bóng, và được sửa chữa tốt, không thiếu cái gì, để nó trông như mới đối với đứa trẻ, có đủ bộ và sẵn sàng để dùng. Người giáo viên, là một phần của môi trường, chính cô cũng phải trông hấp dẫn, tốt nhất là trẻ tuổi và đẹp, ăn mặc có duyên, thơm tho vì sạch sẽ, vui tươi và có phẩm cách duyên dáng. Đây là lý tưởng, và không phải lúc nào cũng có được, nhưng người giáo viên khi hiện diện với đứa trẻ, phải nhớ rằng trẻ con là những con người vĩ đại mà cô phải thấu hiểu và kính trọng. Cô phải để ý đến các động tác của mình, khiến chúng dịu dàng và duyên dáng nhất có thể, để đứa trẻ có thể vô ý buột miệng khen cô đẹp như mẹ của em, người tự nhiên là cái lý tưởng về cái đẹp của em.

2. Ở giai đoạn hai, người giáo viên phải tiếp cận với các trẻ em vẫn còn mất trật tự, với những em mà tâm trí còn đi lông bông không mục đích, cô phải lôi cuốn làm sao cho chúng tập trung vào một công việc nào đó. Người giáo viên cần phải hấp dẫn, và có thể dùng bất cứ phương tiện nào, đương nhiên ngoại trừ là roi vọt để thu hút được sự chú ý của trẻ. Ít nhiều gì cô cũng có thể làm bất cứ điều gì cô thích, bởi vì lúc ấy với sự

can thiệp của cô, chưa có gì quan trọng bị xáo trộn, nên một phong cách vui tươi để gợi ý các sinh hoạt là nhu cầu chính. Các em kiên trì ăn hiếp người khác phải bị ngăn chặn bởi một hành động như thế không cần để cho hoàn tất.

3. Một khi sự quan tâm của các em đã được khơi dậy, thường bởi một bài tập nào đó về đời sống thực tiễn bởi học cụ chưa có điều kiện thích hợp để được trình bày, người giáo viên phải tự rút lui vào hậu trường, và phải rất cẩn thận để khỏi can thiệp, hoàn toàn không can thiệp bất cứ cách nào. Ở đây các sai lầm thường xảy ra, ví dụ như thốt lên một câu khuyến khích "Tốt", khi đi ngang một đứa trẻ mà trước đó nghịch ngợm, cuối cùng đang tập trung vào một việc nào đó. Một lời khen do ý tốt như thế cũng đủ để làm tổn hại, đứa bé sẽ không nhìn đến công việc nữa trong nhiều tuần lễ. Và, nếu đứa trẻ đang có khó khăn, giáo viên không nên chỉ cho em cách vượt qua, nếu không, em sẽ không còn quan tâm, vì mục đích đối với trẻ là chinh phục cái khó khăn ấy chứ không phải chính tự thân công việc ấy. Đứa trẻ đang khiêng một vật thật nặng đối với nó không muốn được giúp đỡ; ngay cả khi nó thấy giáo viên đang nhìn nó cũng đủ để làm nó ngừng làm. Khi sự tập trung chú ý xuất hiện, người giáo viên phải tránh chú ý, như thể đứa bé ấy không hề hiện diện. Ít nhất, nó phải gần như không ý thức đến sự chú ý của giáo viên. Ngay cả khi hai đứa trẻ muốn cùng một món học cụ, phải để chúng tự giải quyết vấn đề với nhau trừ phi chúng kêu gọi giáo viên đến trợ giúp. Nhiệm vụ của cô chỉ là trình bày món học cụ mới khi đứa trẻ đã khai thác tất cả cách vận dụng có thể của món cũ. Đứa trẻ đã làm công việc tập trung nào đó có thể quyết định trình cho thầy xem, để được chấp nhận, và khi ấy trẻ phải nhận được sự tán thành một cách không miễn cưỡng và một cách thành thật: "Đẹp quá!".Người thầy vui mừng với đứa trẻ trước thành quả.

Các giáo viên Montessori không phải là đầy tớ của cái thân thể của đứa trẻ, trẻ phải tắm rửa, mặc quần áo và đút cho nó ăn, họ biết bé cần tự làm những việc này để phát triển tính độc lập. Chúng ta phải giúp đứa trẻ tự làm cho chính mình, tự có ý muốn của chính mình, tự suy nghĩ cho chính mình; đấy là nghệ thuật của những ai ước ao phục vụ cho tinh thần. Đón mừng các biểu hiện của tinh thần, đáp lại niềm tin của cô, là niềm vui của người giáo viên. Đấy là đứa trẻ như nó phải là: người lao động không bao giờ mệt mỏi, đứa trẻ bình thản tìm sự nỗ lực tối đa, cố gắng giúp kẻ yếu trong khi lại biết cách tôn trọng tính độc lập ở người khác, trong thực tế, là đứa trẻ đích thực.

Như vậy, các giáo viên của chúng tôi đã thâm nhập vào bí ẩn của tuổi thơ và có một tri thức vượt hẳn người giáo viên thông thường, người đã trở thành quen thuộc chỉ với những điều hời hợt bên ngoài đời sống của trẻ em. Biết được bí mật của trẻ thơ, họ có một tình yêu thương sâu sắc đối với trẻ, có lẽ đây là lần đầu tiên cô hiểu thế nào là thật sự yêu thương. Nó ở một tầm mức khác với tình yêu riêng tư được tỏ lộ bằng sự vuốt ve âu yếm, và sự khác biệt đã do trẻ em đem đến, kẻ với những biểu hiện của tinh thần đã làm người thầy của chúng cảm động sâu sắc, nó nâng họ lên một tầm mức mà họ chưa hề biết đến; nay họ đang ở đó và họ hạnh phúc. Sự hạnh phúc của họ trước đó có lẽ là có mức lương càng cao càng tốt, và làm việc càng ít ở mức lương đó nếu có thể; họ có thể tìm được sự hài lòng cho mình trong sự vận dụng quyền lực và ảnh hưởng của mình, và hy vọng của họ đã là trở thành hiệu trưởng hay viên thanh tra. Nhưng ở đó không có hạnh phúc đích thực, và ta hẳn phải từ bỏ tất cả để cảm nhận được cái hạnh phúc về tâm linh lớn hơn mà trẻ thơ có thể trao cho, bởi "Nước Thiên Đàng" là như thế.

LỜI BẠT

Ngày hôm nay, ở thế kỷ 21, nhân loại đang bước vào một kỷ nguyên được cảnh báo sẽ dứt khoát hoàn toàn mới mẻ, với sự xuất hiện và ứng dụng ngày càng sâu rộng của "Trí thông minh nhân tạo"(AI), dù rằng các hệ quả rõ rệt vẫn chưa được xác định chắc chắn, đồng thời với sự biến đổi khí hậu hầu như khó giải quyết một cách nhanh chóng và hiệu quả.

Con người đang đối diện với một tương lai bất định trước hiện trạng bất ổn và viễn cảnh đáng sợ của những cuộc chiến tranh lan rộng mang tính hủy diệt. Vì đâu nên nỗi?

Bác sĩ Maria Montessori đã chẳng từng đứng trước những hiểm họa tương tự ư?

Bà đã nghiệm ra rằng giải pháp cho một thế giới hòa bình và tốt đẹp hơn có thể được tìm ra và thực hiện bởi chính những con người đã được hỗ trợ để phát triển một cách tốt đẹp và toàn diện, theo tự nhiên, ngay từ khi mới chào đời. Phương thức rút tỉa từ trải nghiệm của bà với trẻ em đã được ứng dụng và chứng nghiệm hơn 100 năm qua. Nhưng vì sao thế giới này vẫn chưa phải là một thế giới tốt đẹp nhất cho mỗi con người?

Phải chăng vì sự phát triển lệch lạc của các cá thể khi còn nhỏ do một sự giáo dục lệch lạc đã là mầm mống của mọi hiện tượng tiêu cực trong thế giới con người?

Thế giới chúng ta đang thay đổi một cách chóng mặt! Chính bản thân mỗi người chúng ta cũng phải tỉnh thức, thích ứng và thay đổi ngay!

NGHIÊM PHƯƠNG MAI dịch

Là bậc cha mẹ, là giới làm công việc giáo dục, chúng ta có dám đối mặt một cách sáng suốt và chân thật với thách thức nghiêm trọng này hay không?

Mỗi người chúng ta, từ cá nhân đến tập thể, cần nên cấp bách tự vấn!

Riêng việc sử dụng danh nghĩa Montessori cho một mục đích vị kỷ vì tư lợi cá nhân hay cho cái được gọi là " phương pháp giáo dục theo Montessori" một cách không chính đáng, hời hợt hay sai lạc có thể đem lại điều gì thực sự hữu ích cho giáo dục con người của đất nước và của thế giới hay không?

Mong sự tự vấn lương tâm đem đến nhận thức chân chính và hành động dứt khoát đúng đắn, chính trực và hiệu quả, dưới sự thúc đẩy của một tâm thế và tâm huyết cùng nhau phục vụ trẻ thơ và con người, có thể đem lại một tương lai tốt đẹp và bền vững hơn, trước hết cho con em mình, cho gia đình mình, cho cộng đồng mình, cho đất nước mình và cho toàn thể nhân loại.

Mong rằng các sáng tạo, sản phẩm, gọi chung là cái 'Tự nhiên mà loài người đã kiến tạo nên từ cái Tự nhiên đã được phú ban' (Maria Montessọi diễn tả nó với thuật ngữ "supranature"), thay vì dẫn đưa nhân loại đến sự tận diệt của chính mình và của Trái Đất, có thể ngày càng đem đến cho loài người một nền văn minh nhân bản và tốt đẹp, trong sự tôn trọng nhân tính của con người và sự hài hòa với Thiên nhiên.

Nghiêm Phương Mai
Chủ tịch VMEF & VAMI,
Tháng 7, 2023

• **Tiểu sử cuả B.S. Maria Montessori**

Maria Montessori (1870-1952) sinh ra ở Chiaravelle, Italia và mất tại Noordwijk, Hà Lan. Bà là phụ nữ đầu tiên tốt nghiệp Y khoa, Đại học Roma (1894). Năm 1899, bà bắt đầu nghiên cứu về giáo dục trẻ em, dựa trên một số khái niệm do bác sĩ E. Séguin khởi xướng. Bác sĩ Montessori nhận thấy các phương pháp thử nghiệm thành công đối với các trẻ em có khuyết tật về phát triển tâm thần cũng có thể áp dụng cho trẻ em bình thường. Bà bắt đầu làm việc với các trẻ em trường tư và công lập tại Roma và nhận được sự ủng hộ nhiệt tình của giới cải cách. Từ năm 1900 đến 1907, bác sĩ Maria Montessori giảng dạy tại khoa Giáo dục nhân học tại Đại học Roma và được bổ nhiệm làm thanh tra các trường học của Nhà nước Italia (1922). Bà viết sách về lối giáo dục mà bà đã triển khai và thực hiện nhiều khóa huấn luyện giáo viên ở Espanã, Ấn Độ, Anh quốc và Hà Lan. Ngày này hệ thống giáo dục mang tên bà, do Association Montessori Internationale (AMI), mà bà đã lập ra để đại diện và giám sát, có mặt tại hơn 100 quốc gia, ở tất cả các châu lục trên thế giới, đã góp phần tạo dựng một nền tảng thiết yếu và đích thực cho sự giáo dục trẻ em nhằm xây dựng một thế giới hoà bình và tiến bộ cho nhân loại.

• **Dịch giả: Nghiêm Phương Mai**

Chủ tịch sáng lập Vietnam Montessori Education Foundation (VMEF),

Sáng lập viên của Vietnam AMI Montessori Initiative (VAMI),

Thành viên của Association Montessori Internationale (AMI) và Educateurs sans Frontières (EsF).

Sách đã xuất bản và tái bản bởi VMEF:
. *Trẻ thơ Trong Gia đình, M. Montessori, NXB Tri Thức, 2012. Tái bản, VMEF & NXB Nhân Ảnh, 2022.*
. *Bí ẩn Tuổi thơ, M. Montessori, NXB Tri Thức, 2013, Tái bản, NXB Tri Thức, 2022.*
. *Em bé Hạnh phúc, S. Stephenson, Thái Hà Books & NXB Lao Động Xã hội, 2015, 2020*
. *Khám phá Trẻ Thơ, M. Montessori, NXB Tri Thức, 2016.*
. *Từ tuổi Ấu thơ đến tuổi Thanh Thiếu Niên, M. Montessori, ĐH Hoa Sen & NXB Hồng Đức, 2016.*
. *Giáo dục vì một Thế giới Mới, M. Montessori, NXB Tri Thức, 2016, VMEF & NXB Nhân Ảnh 2023.*
. *Giáo dục và Hòa Bình, M. Montessori, Domino Books Ltd. & NXB Đà Nẵng, 2018.*
. *Montessori giảng tại London, 1946, M. Montessori, VMEF & NXB Nhân Ảnh, 2020.*
. *Hình thành Con Người, M. Montessori, VMEF & NXB Nhân Ảnh, 2021.*
. *Cần biết gì về đứa trẻ của bạn, M. Montessori, VMEF & NXB Nhân Ảnh, 2021.*
. *Giáo dục Tiềm năng Con người, M. Montessori, VMEF và NXB Nhân Ảnh, 2021.*
. *Tâm-trí Thấm hút, M. Montessori, VMEF & Thái Hà Books & NXB Thế giới, 2022.*

Sách sẽ xuất bản:
. *Montessori và Âm nhạc, M. Montessori, VMEF*
. *Công dân thế giới, M. Montessori, VMEF*
. *Phương pháp Montessori bậc Cao, I & II, M. Montessori, VMEF*
. *Maria Montessori trò chuyện cùng phụ huynh, M. Montessori, VMEF*

• **Liên lạc VMEF:**
contact@vami-montessori.org tại trang: https://vami-montessori.org/trang-chu.aspx
hay
vitali.montessori@gmail.com

www.ingramcontent.com/pod-product-compliance
Lightning Source LLC
Chambersburg PA
CBHW020428010526
44118CB00010B/470